AF664508

ലില്ലിപ്പുട്ടിലെ അത്ഭുത മനുഷ്യർ

lillipputtile atbhutha manushyar

•

a retold version gulliver's travels by jonathan swift

•

retold
p p sathyan

•

first edition
july 2012

•

typesetting
krishna graphics, balaramapuram

•

published
chintha publishers, thiruvananthapuram

•

printed
anaswara offset pvt ltd

•

cover & illustration
anil vega

വിതരണം

ദേശാഭിമാനി ബുക്ക് ഹൗസ്

H O തിരുവനന്തപുരം–695 035
www.chinthapublishers.com
chinthapublishers@gmail.com

ബ്രാഞ്ചുകൾ

ഹെഡ്ഡാഫീസ് കുന്നുകുഴി • ഓവർബ്രിഡ്ജ് തിരുവനന്തപുരം • കെ എസ് ആർ ടി സി ബസ് സ്റ്റേഷൻ ആലപ്പുഴ • കെ എസ് ആർ ടി സി ബസ് സ്റ്റേഷൻ എറണാകുളം • മച്ചിങ്ങൽ ലെയ്ൻ തൃശൂർ • ഐ ജി റോഡ് കോഴിക്കോട് • കെ എസ് ആർ ടി സി ബസ് സ്റ്റേഷൻ കോഴിക്കോട് • എൻ ജി ഒ യൂണിയൻ ബിൽഡിങ് കണ്ണൂർ • സെൻട്രൽ ബസ് ടെർമിനൽ കോംപ്ലക്സ് താവക്കര കണ്ണൂർ

CO - 1875 / 2966

ലില്ലിപ്പുട്ടിലെ അത്ഭുത മനുഷ്യർ

പുനരാഖ്യാനം
പി പി സത്യൻ

ചിന്ത പബ്ലിഷേഴ്സ്
തിരുവനന്തപുരം-695 035

പി പി സത്യൻ

നിരൂപകനും സാംസ്കാരികപ്രവർത്തകനും.

നാടകരംഗത്ത് സജീവമായി പ്രവർത്തിച്ചിരുന്നു. പന്ത്രണ്ടോളം കൃതികൾ മലയാളത്തിലേക്ക് മൊഴിമാറ്റം ചെയ്തിട്ടുണ്ട്. *വർഗീയ രാഷ്ട്രീയം* (രാം പുനിയാനി), *സ്റ്റാലിൻ: ജീവിതവും ചരിത്രവും* (എം ആർ അപ്പൻ), *പ്രണയത്തിന്റെയും രതിയുടെയും മനഃശാസ്ത്രം* (സിഗ്മണ്ട് ഫ്രോയിഡ്), *യഥാർഥത്തിൽ നിലനിൽക്കുന്ന മാർക്സിസം* (ഫ്രെഡറിക് ജെയിംസൺ), *ഉത്തരാധുനികത മധ്യവർഗം ഹിന്ദുത്വം* (മീരാനന്ദ) എന്നിവയാണ് പരിഭാഷപ്പെടുത്തിയ പ്രധാനകൃതികൾ. *പ്രകൃതിയെ സ്നേഹിച്ച മഹാരഥന്മാർ, ലോക ഇതിഹാസങ്ങൾ, പി ജി അഭിമുഖങ്ങൾ (ഡോ. പി കെ പോക്കർ, വിനോദ് വൈശാഖി എന്നിവരോടൊപ്പം), അയോധ്യാവിധി ഹിന്ദുത്വ ഫാസിസത്തിന്റെ ദൃശ്യസാന്നിധ്യം* (എഡിറ്റർ) *എം എഫ് ഹുസൈൻ എന്ന ഇതിഹാസം* (എഡിറ്റർ, രാജേഷ് ചിറപ്പാടിനൊപ്പം) *അൽത്തൂസറും മാർക്സിസത്തിന്റെ ഭാവിയും* എന്നിവയാണ് പ്രധാന കൃതികൾ. 'ഇസ്ലാം എന്റെ വീക്ഷണത്തിൽ' എന്ന പഠനത്തിന് 2000 ലെ ഇസ്ലാം സ്റ്റഡിസെന്ററിന്റെ സംസ്ഥാന അവാർഡ് നേടിയിട്ടുണ്ട്. ആനുകാലികങ്ങളിൽ എഴുതാറുണ്ട്. ഇപ്പോൾ ചിന്ത പബ്ലിഷേഴ്സിൽ.

വിലാസം : എഡിറ്റോറിയൽ വിഭാഗം
ചിന്ത പബ്ലിഷേഴ്സ്,
എ കെ ജി സെന്ററിനു സമീപം
തിരുവനന്തപുരം 695 035

ഫോൺ : 9846488631

ഉള്ളടക്കം

1

ലില്ലിപ്പുട്ടിലെ അത്ഭുത മനുഷ്യർ

പണ്ടുകാലം മുതലേ മനുഷ്യമനസിനെ മദിപ്പിച്ചുപോരുന്ന ഒന്നാണ് സഞ്ചാരമോഹം. യാത്രകൾ നമുക്കു നൽകുന്നത് മറ്റൊരു ജീവിതം തന്നെയാണ്. നമ്മുടെ ജീവിതത്തിന് ഉല്ലാസവും ധന്യതയും നൽകുന്നത് നല്ല യാത്രകളാണ്. അറിയപ്പെടാത്ത ഭൂതലങ്ങളിലൂടെ അപരിചിതമായ മനുഷ്യർക്കിടയിലൂടെ, മനോമോഹനമായ പ്രകൃതിദൃശ്യങ്ങൾ നുകർന്ന് നാം യാത്രചെയ്യുമ്പോൾ നാം നമ്മെത്തന്നെ മറക്കുന്നു. നമ്മുടെ ഇതിഹാസങ്ങളിലും മഹാകാവ്യങ്ങളിലും എത്രയെത്ര യാത്രകളെക്കുറിച്ചാണ് പറയുന്നത്. ഹോമറുടെ *ഒഡീസി*യെന്ന ഇതിഹാസത്തിൽ, ഒഡീസിയസ് എന്ന വീരയോദ്ധാവ് ട്രോജൻ യുദ്ധത്തിനുശേഷം നടത്തുന്ന മഹത്തായ യാത്ര ലോകപ്രസിദ്ധമാണ്. ഏകദേശം മൂന്നു ശതാബ്ദങ്ങൾക്കു മുമ്പു നടന്ന ഒരു യാത്രയുടെ ത്രസിപ്പിക്കുന്ന അനുഭവങ്ങളിലേക്കാണ് നാമിവിടെ സഞ്ചരിക്കുന്നത്. കഥപറയുന്നതും വായിക്കുന്നതും യാത്രതന്നെയാണ്. യാത്രയുടെ അനുഭവങ്ങളിലേക്കുള്ള മറ്റൊരു യാത്ര. 17-ാം നൂറ്റാണ്ടിൽ ആരംഭിച്ച ഒരു സാഹസിക സഞ്ചാരം. കടൽകടന്നുള്ള സഞ്ചാരം. ഒഡീസിയസ് എന്ന യവനയോദ്ധാവ് നടത്തിയ സമുദ്രയാത്രയെപ്പോലെ സാഹസികത മുറ്റിനിൽക്കുന്ന യാത്ര. രാക്ഷസന്മാരും യക്ഷന്മാരും അപ്സരസുകളും അരൂപികളും സ്വൈരവിഹാരം

നടത്തുന്ന ദ്വീപുകളിലൂടെയും അലറിത്തിമിർത്തുവരുന്ന തിരമാലകൾക്കിടയിലൂടെയും ജീവൻ പണയം വെച്ചു നടത്തിയ ഒരു സഞ്ചാരം; അതാണ് ഗളിവറുടെ യാത്ര.

ഇംഗ്ലീഷുകാരനായിരുന്ന ലെമുവൽഗളിവർ നോട്ടിങ്ഹാം ഷൈറിൽ ഒരു ചെറിയ എസ്റ്റേറ്റ് സ്വന്തമാക്കി ജീവിച്ച ആളായിരുന്നു. ഗളിവറുടെ പിതാവ് അഞ്ചുപുത്രന്മാരിൽ മൂന്നാമത്തെ ആളായിരുന്നു. ഗളിവർ കുട്ടിക്കാലത്തുതന്നെ അസാമാന്യമായ ധീരതയും ബുദ്ധിശക്തിയും പ്രകടിപ്പിച്ചിരുന്നു. ഗളിവർ പതിനാലാമത്തെ വയസിൽ കേംബ്രിഡ്ജിലെ ഇമാനുവൽ കോളേജിൽ ചേർന്നു പഠിച്ചു. എന്നാൽ സാമ്പത്തിക വൈഷമ്യങ്ങൾ ഗളിവർ നന്നായി അനുഭവിച്ചു. കേംബ്രിഡ്ജിലെ വിദ്യാഭ്യാസത്തിനുശേഷം വൈദ്യശാസ്ത്രം പഠിക്കാൻവേണ്ടി ഗളിവർ

വർ അവിടെ വൈദ്യശാസ്ത്രം പഠിച്ചു. അതിനുശേഷം ലെയ്ഡനി (leyden)ൽ രണ്ടരവർഷം ഊർജതന്ത്രം പഠിച്ചു. അതിനുശേഷം ഗളിവർ സ്വന്തം നാട്ടിൽ തിരിച്ചെത്തി ഒരു ഡോക്ടറായി സേവനമനുഷ്ഠിക്കാൻ തുടങ്ങി. ഇതിനിടയിൽ ഗളിവറുടെ വിവാഹവും നടന്നിരുന്നു. എഡ്മണ്ട്ബർട്ടന്റെ മകളായ മേരിബർട്ടനായിരുന്നു വധു. അധികനാൾ ഗളിവർക്ക് ഡോക്ടറായി തുടരാൻകഴിഞ്ഞില്ല. കടൽ ഗളിവറെ വിളിക്കുകയായിരുന്നു. ആയിരമായിരം തിരക്കൈകൾ നീട്ടി കടൽ അതിന്റെ അപ്സരസാമ്രാജ്യത്തിലേക്ക് ഗളിവറെ മാടിവിളിച്ചു.

യുലീസസിനെപ്പോലെതന്നെ ഗളിവർ കടലിനെ സ്നേഹിച്ചു. തിരമാലകളുടെ രഥമേറി ലോകം മുഴുവൻ സഞ്ചരിക്കാൻ ഗളിവറുടെ മനസ്സ് മോഹിച്ചു. ധാരാളം വായിക്കുമായിരുന്നു ഗളിവർ. പ്രാചീനഗ്രന്ഥങ്ങൾ മുതൽ ആധുനികമായ എല്ലാം അയാൾ വായിച്ചുതള്ളി. അസാധാരണ ഓർമശക്തിയുണ്ടായിരുന്നു ഗളിവർക്ക്. ഊർജതന്ത്രത്തിൽ നേടിയ അറിവ് തന്റെ സമുദ്രയാത്രയ്ക്ക് നല്ലൊരു മുതൽക്കൂട്ടാണെന്ന് അദ്ദേഹം തിരിച്ചറിഞ്ഞു. ഒരു ഡോക്ടറായി സമുദ്രയാത്ര നടത്തുന്നതാവും ഉചിതമെന്ന് ഗളിവർ തീരുമാനിച്ചു. അങ്ങനെ 1699, മെയ് 4 ന് മനോഹരമായ ഒരു പ്രഭാതത്തിൽ ബ്രിസ്റ്റൾ തീരത്തുനിന്നും ഗളിവർ തന്റെ സഞ്ചാരത്തിനു തുടക്കമിട്ടു. ആന്റിലോപ് എന്ന കപ്പലിലാണ് ഗളിവർ സഞ്ചരിച്ചത്. പ്രിയപത്നിയും കുട്ടികളും ഗളിവർക്ക് യാത്രാമംഗളം നൽകാൻ ബ്രിസ്റ്റൾ തീരത്തെത്തിയിരുന്നു.

പായ്ക്കപ്പലിൽ കയറിയുള്ള സമുദ്രസഞ്ചാരം അത്ര സുഗമമല്ലെന്നറിയാമല്ലോ. കാറ്റിന്റെ കരവലയമാണ് യാത്രയുടെ ദിശ നിർണയിക്കുന്നത്. തുടക്കംതന്നെ പ്രയാസം നിറഞ്ഞതായിരുന്നു, ഗളിവറുടെ യാത്ര. പ്രക്ഷുബ്ധമായ തിരകൾ ഗളിവറുടെ കപ്പലിനുനേരെ അലറിയടുത്തു. ബ്രിസ്റ്റൾ ഒരു പാറക്കെട്ടിൽ ഇടിച്ചുതകർന്നു. തിരമാലകൾ അവരെ ആഴക്കയത്തിൽ താഴ്ത്തി. പന്ത്രണ്ടുയാത്രക്കാരുടെ ജീവനാണ് കടൽ കവർന്നെടുത്തത്. ഗളിവർ, പക്ഷേ, തിരകളെ മുറിച്ചുനീന്തി. യുലീസസിനെപ്പോലെ കരുത്തനായിരുന്നു ഗളിവർ. കരുത്തിനൊപ്പം ആത്മധൈര്യവും. ആ ആത്മധൈര്യമില്ലായിരുന്നെങ്കിൽ ഗളിവർ കടലിൽ താണുപോയേനെ. ഓരോ തിരമാലയെയും മുറിച്ച് ഗളി

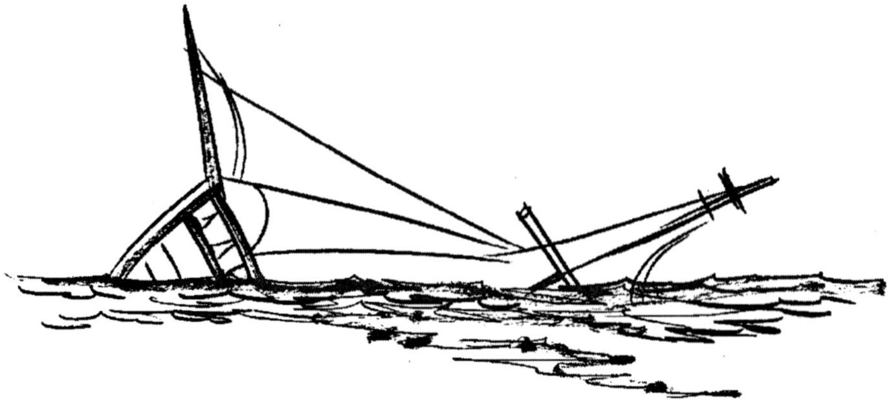

വർ മുന്നോട്ടുനീങ്ങി. ഒന്നു കഴിയുമ്പോൾ മറ്റൊന്ന്. ആർത്തലച്ചുവരുന്ന തിരകൾ മറികടന്ന്, ക്ഷീണിതനായ അയാൾ ഒരു വിധം ഒരു പാറക്കെട്ടിൽ പിടിച്ചുനിന്നു. വഴുവഴുപ്പുള്ള തവിട്ടുനിറമാർന്ന ശിലകളിൽ കൈകൾ നിൽക്കുന്നില്ല. വളരെനേരത്തെ പരിശ്രമത്തിനുശേഷം ഗളിവർ കുഴമ്പുതേച്ചുപിടിപ്പിച്ച ആനയുടെ മേൽ എന്നവണ്ണം ഒരു പാറയ്ക്കുമേൽ കയറിയിരുന്നു. കൈകാലുകൾ മരവിച്ചുപോയിരിക്കുന്നു. പല്ലുകൾ തമ്മിൽ കൂട്ടിയിടിക്കുകയാണ്. കൺപുരികങ്ങളിൽ ഊറിക്കൂടിയ ഉപ്പുപരലുകൾ തുടച്ച് ഗളിവർ ചുറ്റുംനോക്കി. അജ്ഞാതമായ ഒരു ദ്വീപ്, ഇടതൂർന്ന വനം. കുറ്റിച്ചെടികളും വൃക്ഷങ്ങളും നിറഞ്ഞവനം. പാറയിടുക്കുകളിൽപ്പോലുമുണ്ട് ചെടികൾ. മത്സ്യങ്ങളെപ്പോലെ വഴുവഴുപ്പാർന്ന തണ്ടുകളുള്ള ചെടികൾ. മനുഷ്യവാസമില്ലാത്ത ഒരു പ്രദേശമാണത് എന്ന് ഗളിവർക്ക് ബോധ്യമായി. വിശപ്പും ദാഹവും ഗളിവറെ മൃതപ്രായനാക്കിയിരുന്നു. അവശനായ അയാൾ, ഒരു പാറക്കെട്ടിലിരുന്നു. കപ്പലിൽനിന്നു കഴിച്ച മദ്യത്തിന്റെ ഹാങ്ഓവർ വിട്ടിരുന്നില്ല. ഉറക്കം കണ്ണുകളെ ഇളംകാറ്റെന്നപോലെ തഴുകുകയാണ്.

പാറക്കെട്ടിനടുത്തുള്ള പുൽമെത്തയിൽ ഗളിവർ തളർന്നു കിടന്നു. നേരം സന്ധ്യകഴിഞ്ഞു ആൾപ്പാർപ്പില്ലാത്ത ഒരു ദ്വീപിൽ ഉറക്കമില്ലാതെ ഒരാൾക്കെങ്ങനെ കഴിയാനാവും. ജീവിതത്തിലൊരിക്കലും കിട്ടാത്ത ഉറക്കമായിരുന്നു ഗളിവറെ ആ രാത്രിയിൽ അനുഗ്രഹിച്ചത്. ഏകദേശം ഒമ്പതു മണിക്കൂർ നീണ്ടുനിന്ന ഗാഢ

നിദ്ര. പിറ്റേന്നു പ്രഭാതത്തിൽ സൂര്യവെട്ടം കണ്ണിൽവീണപ്പോഴാണ് ഗളിവർ ഉണർന്നത്. എഴുന്നേൽക്കാൻ ശ്രമിച്ചെങ്കിലും കഴിഞ്ഞില്ല. കൈകാലുകൾ മരവിച്ചുതന്നെ കിടക്കുകയാണ്. നീണ്ട് ഇടതൂർന്ന് കട്ടികൂടിയ മുടി ജടകെട്ടിയിരിക്കുന്നു. ഒമ്പതു മണിക്കൂറോളം നീണ്ടുനിന്ന സുഖസുഷുപ്തി പക്ഷേ, ഗളിവറുടെ ക്ഷീണത്തെ അകറ്റിയില്ല. താനെവിടെയാണ്? ഈ ദ്വീപ് ഏതാണ്? ഇവിടെ മനുഷ്യരാരെങ്കിലും ഉണ്ടാവുമോ? വെയിലിനുശക്തി കൂടിയിരിക്കുന്നു. ഗളിവർ കൈകാലുകൾ ഉയർത്താൻ ശ്രമിച്ചപ്പോളാണ് അതറിയുന്നത്. കൈകാലുകൾ കെട്ടിയിട്ടിരിക്കുന്നു. 'ഇതെങ്ങനെ സംഭവിച്ചു. ഈ മനുഷ്യവാസമില്ലാത്ത സ്ഥലത്ത്, ഒരു ചെറുജീവിയുടെ ശബ്ദംപോലും കേൾക്കവയ്യാത്ത സ്ഥലത്ത് ആരാണെന്നെ കെട്ടിയിട്ടത്. വല്ലപിശാചുക്കളോ യക്ഷികളോ ആവുമോ? ഛെ– അതെല്ലാം അസംബന്ധമല്ലേ. പിന്നെ തന്നെയാരാണ് കെട്ടിയിട്ടത്. ഏതെങ്കിലും ജലദേവതമാരോ അപ്സരസുകളോ ആവുമോ? ഒഡീസിയസിനെ ഒരു യക്ഷി തട്ടിക്കൊണ്ടുപോയ കഥ കേട്ടിട്ടുണ്ട്.' ഇങ്ങനെ ചിന്തിച്ച് ഗളിവർ വ്യാകുലനായി കിടക്കുമ്പോഴാണ് ഏതോ ഒരു ചെറുജീവിയെപ്പോലെ എന്തോ ഒന്ന് കാലിൽക്കൂടി മേലോട്ട് ഇഴഞ്ഞുവരുന്നതായിതോന്നിയത്. അരക്കെട്ടിലൂടെ, നഗ്നമായ മാറിലൂടെ അത് ശിരസ്സോളമെത്തി. ഒന്നും കാണാൻ വയ്യ—മുകളിൽ ആകാശം മാത്രം കാണാം. തലയുയർത്താൻ കഴിയുന്നില്ല. കണ്ണുകൾ പണിപ്പെട്ട് താഴോട്ട് ഉറപ്പിച്ചുനോക്കിയപ്പോഴാണ് അത് കണ്ടത്. ഒരു മനുഷ്യൻതന്നെ. ആറിഞ്ചുപൊക്കമുള്ള ഒരു കുള്ളൻ, അമ്പും വില്ലും

കൈയിലേന്തിനിൽക്കുന്നു. ഒരു കുപ്പിയോളം വലിപ്പമുള്ള മനുഷ്യൻ. ഒരാൾ മാത്രമല്ല പത്തുനാൽപ്പതുപേർ അവിടെയുണ്ടായിരുന്നു. ഗളിവർ ആകെ പരിഭ്രമിച്ചു. കുള്ളന്മാരെ പലയിടത്തും കണ്ടിട്ടുണ്ട്. പക്ഷേ, ആറിഞ്ചുപൊക്കമുള്ള മനുഷ്യരോ? ഈ വക മനുഷ്യർ ഭൂമിയിലുണ്ടോ? ചത്തുകരയ്ക്കടിഞ്ഞ തിമിംഗലത്തിന്റെ മേൽ ചാടിക്കളിക്കുന്ന കുട്ടികളെപ്പോലെ കുറേപ്പേർ ഗളിവറുടെ മേൽ കയറി അടിച്ചുപൊളിക്കുകയാണ്. ഗളിവർ പേടിച്ചുനിലവിളിച്ചു. ആ നിലവിളികേട്ട് കുപ്പിമനുഷ്യർ തകിടം മറിഞ്ഞുവീഴുകയാണ്. ഇനിയിവിടെ നിന്നുകൂടാ, ഇവർ തന്നെയെന്തുചെയ്യുമെന്ന് പറയാൻ കഴിയില്ല. രക്ഷപ്പെടണം. ഗളിവർ എഴുന്നേൽക്കാൻ നോക്കി. അപ്പോഴാണ് കൊച്ചുമുള്ളുകൾ ശരീരത്തിൽ വന്നു തറച്ചത്. കുള്ളന്മാർ അമ്പെയ്യുകയാണ്. മൂർച്ചയേറിയ ഒരു തരം മുള്ളായിരുന്നു അത്. ശരീരത്തിന്റെ പലഭാഗത്തും അത് തറച്ചുകേറിയിരിക്കുന്നു. മേലാസകലം വേദനിക്കുന്നു. കൗരവപ്പടയെപ്പോലെ അവർ അണിനിരന്നിരിക്കയാണ്. തന്നെ ആഹാരമാക്കാനാണോ ഇവരുടെ പ്ലാൻ. എഴുന്നേൽക്കാൻ ശ്രമിച്ചപ്പോഴാണ് ഈ ശരവർഷമുണ്ടായത്. അതിനാൽ അനങ്ങാതെ കിടക്കുന്നതാവും നല്ലത് എന്നുറച്ചു. പത്തുനൂറോളം അമ്പുകൾ ഇടതുകാലിൽതന്നെ തറച്ചുകേറിയിരിക്കയാണ്, മാത്രമല്ല ഭീകരവാദികളെപ്പോലെ അവർ എനിക്കുചുറ്റും പതുങ്ങിയിരിക്കയാണ്. ചിലർ ആകാശത്തിലേക്ക് അമ്പെയ്യുന്നു. ഇവരിനി ഈ ദ്വീപിലെ ഭീകരവാദികളാവുമോ? എന്തായാലും ആധുനിക ആയുധങ്ങളൊന്നും ഇവരുടെ കൈകളിലില്ല. ആശ്വാസം. പക്ഷേ, എന്തിന് ആധുനിക ആയുധങ്ങൾ. 'ഈ മുള്ളുകൾ തന്നെ പോരേ' ചോരയിൽ കുളിച്ച് കിടന്നുകൊണ്ട് ഗളിവർ സ്വയം ശപിച്ചു. ഒന്നു പുളയാൻ പോലുംവയ്യ. അനങ്ങിയാൽ വീണ്ടും വരും അസ്ത്രങ്ങൾ.

ഈ ചോട്ടാ മനുഷ്യർ 'ലില്ലിപുഷ്യൻസ്' ആണെന്നു ഗളിവർക്കു മനസിലായി. താനിപ്പോൾ ലില്ലിപ്പുട്ട് എന്ന രാജ്യത്തിലാണ്. മുമ്പ് വായിച്ചതോർമയുണ്ട് 'ചോട്ടാ മനുഷ്യരുടെ നാട്'. അസാധാരണമായ മനുഷ്യരുടെ ദ്വീപ്. ഈ മനുഷ്യരുടെ അതിവിസ്മയകരമായ പല കഥകളും കേട്ടിട്ടുണ്ട്. ഇവിടെ വന്നുപെടുമെന്ന് പക്ഷേ, സ്വപ്നത്തിൽപ്പോലും കരുതിയതല്ല. വിധിത

ന്നെ. ഗളിവർ ആശ്വസിക്കാൻ ശ്രമിച്ചു. ഇതിനിടയിൽ ഈ കുട്ടൂസുകൾ തന്റെ ശരീരത്തിൽ ആയുധങ്ങൾ കൊണ്ട് കുത്തുകയും മറ്റും ചെയ്യുന്നുണ്ട്. കുട്ടുസുകൾ വീണ്ടും വീണ്ടും വന്നുകൊണ്ടിരിക്കയാണ്. അവരുടെ കൈകളിൽ മരക്കഷണങ്ങളും മറ്റുമുണ്ട്. അതുപയോഗിച്ചവർ തന്റെ ശിരസിനുസമീപം എന്തോ പണിയുകയാണ്. ശേഷം ഗളിവറുടെ തലചെരിക്കാൻ പാകത്തിൽ അവർ അയാളുടെ കെട്ടിൽ അയവ് വരുത്തി. അവരുടെ ഈ ഉദാരവൽക്കരണം ഗളിവർക്ക് ആശ്വാസം പകരുന്നതായിരുന്നു. എന്തായിരിക്കും ഈ കുട്ടൂസുകൾ തന്നെ ചെയ്യാൻ പോവുന്നത്. ചില ദ്വീപുനിവാസികൾ മൃതശരീരം മതാചാരങ്ങളോടെ കടലിലേക്കുതന്നെ ഒഴുക്കുമെന്നുകേട്ടിട്ടുണ്ട്. ഏതാണ്ടു മൃതപ്രായനെന്നു കരുതി തന്നെയും കടലിലൊഴുക്കുകയാണോ ദൈവമേ?.

ഗളിവർ വിഷണ്ണനായി. ഒരു സാഹസിക സഞ്ചാരത്തിനു പുറപ്പെട്ട താൻ ഈ ചോട്ടാകളുടെ കൈകൾകൊണ്ട് മരിക്കണമെന്നാണോ വിധി. തനിക്കു തലങ്ങും വിലങ്ങും നടക്കുന്നുണ്ട് കുട്ടൂസന്മാർ. ഒരു വൈദേശിക ശക്തിയെ പരാജയപ്പെടുത്തിയതിന്റെ ഭാവമുണ്ടായിരുന്നു അവർക്ക്. തങ്ങളുടെ മണ്ണിൽ ആധിപത്യം ചെലുത്താൻ വന്ന ആളെന്നു കരുതിയിരിക്കുമോ, ഇവർ വിദേശചാരനാണെന്നു കരുതി അന്യദേശക്കാരനെ സസൂക്ഷ്മം

നിരീക്ഷിക്കുന്ന ഗ്രാമവാസികളെപ്പോലെ കുട്ടൂസന്മാർ തന്നെ ചുഴിഞ്ഞു നോക്കുന്നുണ്ട്. അവരുടെ രാഷ്ട്രീയചരിത്രത്തിലെ മഹത്തായ സംഭവമായിരിക്കും അത്. ആ സംഭവം ലോകസമക്ഷം അവതരിപ്പിക്കാനെന്ന മട്ടിൽ അവർ സ്റ്റേജ് ഒരുക്കുകയാണോ? കുട്ടൂസന്മാർക്കിടയിൽനിന്ന് മൂന്നുനാലുപേർ തന്റെ തലയ്ക്ക് സമീപമുള്ള സ്റ്റേജിൽ കയറി നിൽക്കുന്നു. അവരുടെ പ്രധാനമന്ത്രിയോ പ്രസിഡന്റോ ആയിരിക്കാമത്. ഒരു ലൗഡ്സ്പീക്കറോളം വലുപ്പമുള്ള അയാൾ ഒരു രാഷ്ട്രനേതാവിനെപ്പോലെ പ്രസംഗമാരംഭിക്കുകയാണ്. ആ ഭാഷ, ഗളിവർക്കു മനസിലാവുന്നില്ല. ജൂലിയസ് സീസറെ വധിച്ചശേഷം ബ്രൂട്ടസ് ചെയ്തപോലെ ഒരു മഹാപ്രസംഗം തന്നെയായിരുന്നു അത്. എന്താണ് അയാൾ പറയുന്നത് എന്ന് ഗളിവർക്ക് ഊഹിക്കാൻ കഴിയുന്നില്ല. ഇടയ്ക്കിടെ തന്റെ നേരെ കൈചൂണ്ടുന്നുണ്ട്. താൻ അവരുടെ മേൽ രാഷ്ട്രീയ ആധിപത്യം സ്ഥാപിക്കാൻ വന്നവനാണെന്ന് അവർ കരുതിക്കാണും. 'എന്തു വിലകൊടുത്തും ഈ വിദേശശക്തിയെ തുരത്തും' എന്നായിരിക്കും അയാൾ പറയുന്നത്. ശരശയ്യയിൽ കിടന്നുകൊണ്ട് ഗളിവർ ഓർത്തു. ലോകരാഷ്ട്രങ്ങളിലെ ദേശാഭിമാനികൾ നടത്തിയ പ്രസംഗങ്ങളെ അനുസ്മരിപ്പിക്കുന്നതായിരുന്നു അത്. പച്ചവെള്ളം പോലും കഴിക്കാതെ കിടക്കുന്ന തനിക്ക് തന്റെ നിരപരാധിത്വം എങ്ങനെയാണ് തെളിയിക്കാൻ കഴിയുക. സത്യം ഏതു കോടതിയിലും പറയാമല്ലോ. തന്റെ യാത്രയെക്കുറിച്ചെല്ലാം ഗളിവർ അവരോട് പറഞ്ഞു. താൻ വിദേശചാരനോ അധിപതിയോ അല്ലെന്നും വേണമെങ്കിൽ അവർക്കു വിനീതവിധേയനായി ഈ ദ്വീപിൽ ശിഷ്ടകാലം ജീവിക്കാമെന്നും അയാൾ പറഞ്ഞെങ്കിലും അവർക്ക് അതൊന്നും മനസിലായില്ല.

ഒരു കുട്ടൂസൻ മറ്റുള്ളവരോടായി ഉച്ചത്തിലെന്തോ പറയുന്നുണ്ടായിരുന്നു. "വിദേശചാരന്മാർ പല വേഷത്തിലും വരും, അവർ പല ന്യായവാദങ്ങളും പറയും. അതൊന്നും കേട്ട് നമ്മുടെ മനസിളകരുത്." അയാൾ പറയുന്നത് ഇതായിരിക്കുമെന്ന് ഗളിവർ ഊഹിച്ചു. അയാളുടെ സംസാരം മറ്റുള്ളവർ ശരിവെക്കുന്നുണ്ടായിരുന്നു. ഗളിവറുടെ വയറെരിയുന്നുണ്ടായിരുന്നു.

തനിക്കു വിശക്കുന്നെന്ന് എങ്ങനെ ഇവരോടു പറയും. ഒരു

വിധം ഗളിവർ അവരെ അത് ബോധ്യപ്പെടുത്തി. അവസാനം കുട്ടൂസന്മാർ അയാൾക്ക് ആഹാരം നൽകാൻ തയാറായി. അതിവിചിത്രമായ കാഴ്ചയാണ് പിന്നീട് ഗളിവർ കണ്ടത്. ബാലിസുഗ്രീവന്മാരുടെ നേതൃത്വത്തിൽ കുരങ്ങന്മാർ ലങ്കയിലേക്ക് പാലം പണിയാൻ വേണ്ടി മണ്ണു ചുമന്ന പോലെ ലില്ലിപ്പുട്ടിലെ സിവിലിയന്മാരായ നൂറോളം കുട്ടൂസന്മാർ ആഹാരം നിറച്ച കുട്ടകളുമായി വരികയാണ് ഒരു വ്യത്യാസം മാത്രം. അവർക്ക് നടക്കാൻ ഇപ്പോൾ പാലമുണ്ട്. തന്റെ ശരീരംതന്നെ പാലമാക്കി അവർ നടന്നുവരികയാണ്. തകർന്നുകരയ്ക്കടിഞ്ഞ കപ്പലിൽ നാട്ടുകാരെപ്പോലെ അവർ തന്റെ ശരീരത്തിലൂടെ കയറുകയും ഇറങ്ങുകയും ചെയ്യുന്നു. വലിയ മതിലിൽ നിന്നു ചാടിയിറങ്ങുംപോലെയാണവർ താഴേക്കു കുതിച്ചത്. അതിനിടയിൽ അവർ ആടുകയും പാടുകയും ചെയ്യുന്നുണ്ടായിരുന്നു. കുട്ടകളിൽ നിന്നും ആഹാരം അവർ വായിലേക്കു ചെരിഞ്ഞു. വലിയൊരു കിണർ നികത്തുന്നമട്ടിലുള്ള ഒരു മഹായജ്ഞമായിരുന്നു, അത്. കൊച്ചുകൊച്ചു അപ്പക്കഷണങ്ങളും മാംസത്തുണ്ടുകളും അവർ വായിലേക്കിട്ടു. അതൊന്നും ഗളിവർക്ക് മതിയായിരുന്നില്ല. അതു കഴിഞ്ഞ് രണ്ടുപെട്ടി വീഞ്ഞുകൊണ്ടുവന്നു അവർ. വളരെ പണിപ്പെട്ട് ചുമന്നുകൊണ്ടുവന്ന വീഞ്ഞ് ഗളിവർക്ക് ഒന്നുനുണയാനേ ഉണ്ടായിരുന്നുള്ളൂ. ലില്ലിപുഷ്യൻസ് അത്ഭുതംകൂറി. ആ 'തിമിംഗലമനുഷ്യന്റെ' വയറിന്റെ വലുപ്പമോർത്ത് അവർ അമ്പരന്നു.

വിശപ്പ് അൽപ്പമൊന്നടങ്ങിയത് ഗളിവർക്ക് ആശ്വാസമായി. കിടത്തിയിട്ടാൽ ഒരു എലിക്കുഞ്ഞിനോളം വലുപ്പമുള്ള ആ കൊച്ചുമനുഷ്യരുടെ ഭാവം വളരെ ഗൗരവം നിറഞ്ഞതായിരുന്നു. തെല്ലിടകഴിഞ്ഞ് ഒരാൾ ഗളിവറുടെ വലതുകാലിനുസമീപം ഒരു ഏണിചാരിവെച്ച് അതിലൂടെ തന്റെമേൽ കയറി അയാൾ ഗളിവറുടെ മുഖത്തേക്കു നടന്നുവന്നു. കടുത്ത സ്വരത്തിലായിരുന്നു അയാൾ സംസാരിച്ചത്. ഇടയ്ക്കിടെ അയാൾ ദൂരെയൊരു സ്ഥലത്തേക്കു വിരൽ ചൂണ്ടുന്നുണ്ടായിരുന്നു. അത് അവരുടെ ആസ്ഥാനമായിരിക്കാമെന്ന് ഗളിവർ ഊഹിച്ചു. അയാളുടെ കൈയിൽ അധികാരത്തിന്റെ പ്രതീകമെന്നോണം ഒരു മുദ്രയുണ്ടായിരുന്നു. അയാൾ അവിടത്തെ മേയറായിരിക്കാം, നിശ്ചയദാർഢ്യത്തോടെയാണയാൾ സംസാരിച്ചത്. തന്നെ അവരുടെ

ആസ്ഥാനത്തേക്കു വിളിക്കുകയാവാം അയാൾ. താനെങ്ങോട്ടു വേണമെങ്കിലും വരാമെന്നും തന്നെ സ്വതന്ത്രനാക്കാൻ ദയയുണ്ടാവണമെന്നും ഗളിവർ അപേക്ഷിച്ചു. അവരുടെ ആശയവിനിമയമെല്ലാം ആംഗ്യത്തിലൂടെയായിരുന്നു. തന്നെ വിടണമെന്ന് ഗളിവർ ആംഗ്യത്തിലൂടെ അപേക്ഷിച്ചപ്പോൾ അതുമാത്രം സാധ്യമല്ലെന്ന് ആ ഭരണാധികാരിയും മുദ്രകളിലൂടെ സംസാരിച്ചു. ആവശ്യത്തിന് ഇറച്ചിയും മദ്യവും നല്ല പരിചരണവും നൽകാമെന്നയാൾ ഗളിവറോട് ആംഗ്യത്തിലൂടെ വെളിപ്പെടുത്തി.

അതിനിടയിൽ ബന്ധനസ്ഥനായ ഗളിവർ, രക്ഷപ്പെടാൻ ഒരു വിഫലശ്രമം നടത്തി നോക്കി. എന്നാൽ ലില്ലിപുഷ്യന്മാർ ഞൊടിയിടയിൽ അമ്പുകൾ വർഷിച്ചു. ഗളിവറുടെ മേൽ ഇനി അമ്പുതറയ്ക്കാത്ത സ്ഥലമില്ലെന്നായി. ശരീരം നിറയെ രക്തംപൊടിഞ്ഞു. ഗളിവർ പ്രാണവേദനകൊണ്ടു കരഞ്ഞു. ആ കരച്ചിൽ കേട്ട് ലില്ലിപുഷ്യന്മാർ മോഹാലസ്യപ്പെട്ടു. കുട്ടൂസന്മാരുടെ മനസലിഞ്ഞു. അവർ ഗളിവറുടെ ശരീരത്തിൽ സ്പർശിക്കുന്നുണ്ടായിരുന്നു. അധികാരി ഗളിവറെ പരിചരിക്കാൻ കുട്ടൂസന്മാർക്ക് നിർദേശം കൊടുത്തു. ഒരേ കിടപ്പ് കിടക്കുകയായിരുന്നു ഗളിവർ, അതിന്റെ ഫലമായി ശരീരം വല്ലാതെ വേദനിക്കുണ്ടായിരുന്നു. തനിക്കൊന്നു ചരിഞ്ഞുകിടക്കണമെന്ന് ഗളിവർ അപേക്ഷിച്ചു. അങ്ങനെ കുട്ടൂസന്മാർ ഗളിവർക്ക് ചരിഞ്ഞു കിടക്കാൻ അനുവാദം കൊടുത്തു. “ഹാവൂ എന്തൊരാശ്വാസം” ഗളിവർ ദീർഘമായൊന്നു ശ്വസിച്ച് ഇങ്ങനെ പറഞ്ഞപ്പോൾ കുട്ടൂസന്മാർ പരസ്പരം നോക്കി. ഗളിവർ സ്വയംതിരിഞ്ഞു കിടക്കുകയായിരുന്നില്ല. പത്തുനൂറോളം പേർ ചേർന്ന് നടത്തിയ അത്യധ്വാനമായിരുന്നു അത്. അതിനുവേണ്ടി വലിയമുളവടികളും മരത്തടികളും അവരുപയോഗിച്ചിരുന്നു. ചെരിഞ്ഞുകിടന്നപ്പോൾ പിൻഭാഗത്തുള്ള കുട്ടൂസന്മാരെല്ലാം ഒരു പുതിയ കാഴ്ചകാണാനെന്നവണ്ണം ഗളിവറുടെ മുഖഭാഗത്തേക്കോടിവന്നു. തങ്ങളുടെ സംഘശക്തി തെളിയിക്കാനുള്ള ഒരു ഇരയായിരുന്നു, താനെന്നോർത്ത് ഗളിവർ സങ്കടപ്പെട്ടു. ലോകത്തിലെ എല്ലാവലിയമനുഷ്യരും ചെറിയമനുഷ്യരെ ദ്രോഹിച്ചിട്ടേയുള്ളൂ. അതിനെല്ലാറ്റിനും കൂടി ദൈവം നൽകുന്ന പ്രതികാരമായിരിക്കാം ഇത്. പക്ഷേ, ലില്ലിപ്പുട്ടിലെ അത്തർകുപ്പികൾ പോലുള്ള ഈ മനുഷ്യർ അത്ര ക്രൂരന്മാ

രാണോ എന്നു ഗളിവർക്ക് സംശയമുണ്ടായിരുന്നു. അമ്പേറ്റ് മുറിഞ്ഞഭാഗത്ത് കുട്ടൂസന്മാർ എന്തൊക്കെയോ മരുന്നുകൾ പുരട്ടുന്നുണ്ടായിരുന്നു. അവർ തന്റെ ശരീരത്തിൽ തടവുകയും ചെയ്യുന്നുണ്ടായിരുന്നു. ആ മരുന്നിന്റെ ശക്തികൊണ്ട് വേദന ശമിക്കാൻ തുടങ്ങി. അപ്പോൾ കടലിൽ നിന്നും നല്ല കാറ്റ് വീശുന്നുണ്ടായിരുന്നു. ഗളിവറുടെ കണ്ണുകൾ മെല്ലെ അടയാൻതുടങ്ങി. നിദ്ര അയാളെ ഒരമ്മ കുഞ്ഞിനെയെന്നപോലെ തഴുകുകയായിരുന്നു. നീണ്ട സുഖകരമായ സുഷുപ്തി. ഗളിവർ ഉറങ്ങുമ്പോഴും ചില കുട്ടൂസന്മാർ അയാളെ തടവിക്കൊണ്ടിരുന്നു. ഏതോ ഒരു ദിവ്യശിശുവിനെ ആരാധനയോടെ തഴുകുന്ന ഭക്തരെപ്പോലെ നല്ലവരായിരുന്നു, ലില്ലിപ്പുട്ടിലെ ചെറിയമനുഷ്യർ. അവർ യഥാർഥത്തിൽ വലിയ മനുഷ്യരായിരുന്നു, ഹൃദയവിശാലതയുള്ള നല്ല മനുഷ്യർ. ഗളിവറുടെ രാജ്യത്തായിരുന്നു ഒരു ലില്ലിപ്പുട്ടിലെ മനുഷ്യൻ വന്നുചേർന്നതെങ്കിൽ എന്തു സംഭവിക്കാമായിരുന്നു? ഒരു കാഴ്ച വസ്തുവെന്ന നിലയിൽ അവർ അവനെ സ്ഫടികപ്പെട്ടിയിൽ പ്രദർശിപ്പിക്കുമായിരുന്നു. അല്ലെങ്കിൽ എണ്ണയിൽ പൊരിച്ചുതിന്നും. അതുമല്ലെങ്കിൽ സർക്കസ് കൂടാരത്തിൽ കളിപ്പിക്കും. എന്നാൽ ലില്ലിപ്പുട്ടിലെ മനുഷ്യർക്ക് ഗളിവറോട് സഹതാപവും സ്നേഹവുമാണുണ്ടായിരുന്നത്. പക്ഷേ, ഭരണാധികാരികളുടെയും ജനസഭയുടെയും അനുവാദമില്ലാതെ ഗളിവറെ അവർക്കു മോചിപ്പിക്കാൻ കഴിയുമായിരുന്നില്ല. അയാളെ മോചിപ്പിച്ചാൽ ആ നാട്ടിലെ കൊച്ചുമനുഷ്യരെ മുഴുവൻ അയാൾ പിടിച്ചുതിന്നാലോ. ആ ദേശത്തെ ജനങ്ങൾ മുഴുവൻ ഒത്തുചേർന്നാലും ഗളിവറെ കീഴ്പ്പെടുത്തുക അസാധ്യമാണ്. അതുകൊണ്ടാണ് അവർ ഗളിവറെ ബന്ധനസ്ഥനാക്കിയത്. ഈ വലിയ ലോകത്തിലെ ഏറ്റവും ചെറിയ മനുഷ്യരുടെ നാടായിരുന്നു ലില്ലിപ്പുട്ട്. അവിടെ എല്ലാം ചെറുതാണ്. മനുഷ്യൻ മാത്രമല്ല ജന്തുജാലവും ചെടികളും മരങ്ങളുമെല്ലാം ചെറുതായിരുന്നു. അവിടത്തെ കുതിരകൾ ഒരു കോഴിക്കുഞ്ഞിനോളം വലുപ്പമുള്ളവയായിരുന്നു. അതിലും വളരെ ചെറിയവയായിരുന്നു കന്നുകാലികൾ. കൊതുകിനോളം വലുപ്പമുള്ള പക്ഷികൾ. അവിടത്തെ ആനയ്ക്ക് ഒരു കോഴിയോളം വലുപ്പമേ ഉണ്ടായിരുന്നുള്ളു. ഒരാൾ പൊക്കമേ അവിടത്തെ മരങ്ങൾക്കുണ്ടായി

രുന്നുള്ളൂ. അതുപോലെ തന്നെയാണ് കുട്ടൂസന്മാരുടെ വീടുകളും കെട്ടിടങ്ങളും. ചെറിയ ഭണ്ഡാരപ്പെട്ടി പോലുള്ള വീടുകൾ. ഇഷ്ടികയോളം വലുപ്പമുള്ള രാജമന്ദിരങ്ങൾ. അവർ ഉപയോഗിക്കുന്ന പലവസ്തുക്കളും കാണണമെങ്കിൽ നമുക്കു ഭൂതക്കണ്ണാടി ഉപയോഗിക്കാതെ തരമില്ല. എന്നാൽ നല്ലവരായ കുട്ടൂസന്മാർ സമർഥരുമായിരുന്നു. നല്ല സംഘബോധമായിരുന്നു അവർക്ക്. യാത്ര ചെയ്യുമ്പോഴും പണി ചെയ്യുമ്പോഴും എല്ലാം തന്നെ അവർ സംഘടിതരാണ്. കൂട്ടായി ആലോചിക്കാതെ അവർ ഒരു തീരുമാനവും എടുക്കില്ല. ഒരു കാര്യത്തിലും എടുത്തുചാടില്ല. അതുപോലെ തന്നെ വളരെ വൃത്തിയും വെടിപ്പുമുള്ളവരായിരുന്നു. അവരുടെ നഗരവീഥിയിലൊന്നും തന്നെ അഴുക്കുകൾ കുന്നുകൂടിക്കിടക്കുകയില്ല. നല്ല സൗന്ദര്യബോധമുള്ളവരുമായിരുന്നു അവർ. ക്ഷേത്രകവാടങ്ങളിലെ ദാരുശിൽപ്പങ്ങൾപോലെ മനോഹരമായിരുന്നു അവരുടെ രൂപം. ഭംഗിയായി വസ്ത്രധാരണം ചെയ്ത് മുടിയിൽ പൂക്കൾ ചൂടിയവരായിരുന്നു ലില്ലിപ്പുട്ടിലെ സ്ത്രീകൾ. ആണും പെണ്ണും നല്ല വസ്ത്രങ്ങളാണ് ധരിച്ചിരുന്നത്. ഇങ്ങനെയുള്ള കൊച്ചുകൊച്ചുസുന്ദരന്മാരുടെയും സുന്ദരികളുടെയും അതിവിചിത്രമായ നാട്ടിലാണ് നമ്മുടെ കഥാനായകൻ, അവരുടെ ബന്ധനത്തിൽ സുഖസുന്ദരമായുറങ്ങുന്നത്.

2

ഗളിവർ രാജസന്നിധിയിലേക്ക്

ലില്ലിപ്പുട്ടിൽ പർവതംപോലുള്ള ഒരു ജീവി വന്നു വീണ വാർത്ത ഇതിനകം നാടെങ്ങും പരന്നു. ഏതോ അന്യഗ്രഹത്തിൽ നിന്നും വീണ അത്ഭുതജീവിയായിരിക്കുമെന്ന് അവിടത്തെ ജനങ്ങൾ കരുതി. എന്നാൽ അവർക്കിടയിലുള്ള ചിലർ അതൊരു രാക്ഷസനാണെന്നു വിശ്വസിച്ചു. ഒരേസമയം അത്ഭുതവും ഭയവും തമാശയും തോന്നി അവർക്ക്. ആ രാക്ഷസജീവിയെ കണ്ട് ജനങ്ങൾ ആദ്യം അടുത്തുചെല്ലാൻ മടിച്ചിരുന്നു. എന്നാൽ സുഖസുഷുപ്തിയിലാണ്ട ഗളിവർക്ക് ബോധം നഷ്ടപ്പെട്ടുവെന്നാണവർ കരുതിയത്. അങ്ങനെ ഗളിവറെ കണ്ട് അന്തംവിട്ട ജനങ്ങൾ ഓരോരുത്തരുടെയും ഭാവനയ്ക്കനുസരിച്ച് പല നിഗമനങ്ങളിലെത്തി. തന്റെ രാജ്യത്ത് അസാധാരണമായ ഒരു ഭീകരരൂപി വന്നുകിടക്കണ വാർത്തയറിഞ്ഞ് ലില്ലിപ്പുട്ടിലെ രാജാവ് അതിനെ കാണാൻ തീരുമാനിച്ചു. സൈന്യത്തിന്റെയും പരിവാരങ്ങളുടെയും അകമ്പടിയോടെ രാജാവ് ഗളിവറെ കാണാനെത്തി. സ്വർണക്കിരീടം ധരിച്ച്, മനോഹരമായ ആഭരണങ്ങളും വസ്ത്രങ്ങളും ധരിച്ച ലില്ലിപ്പുട്ടിലെ രാജാവ് ഗളിവറെക്കണ്ട് അത്ഭുതപ്പെട്ടു. ഉടൻതന്നെ പാർലമെന്റ് വിളിച്ചുചേർക്കാൻ രാജാവ് ഉത്തരവിട്ടു. ഗളിവറെ ബന്ധിക്കാനുള്ള രാജശാസന പാർലമെന്റ് അംഗീകരിച്ചു. 'രാക്ഷസൻ' ഉറക്കമുണരുന്നതിനു മുമ്പു ബന്ധിക്കണം. കെട്ടുപൊട്ടിക്കാൻ ശ്രമിച്ചാൽ അസ്ത്രം

പ്രയോഗിക്കണം. എന്നാൽ 'രാക്ഷസൻ' അക്രമാസക്തനല്ലെങ്കിൽ ഹിംസിക്കരുത്. അതായിരുന്നു ലില്ലിപ്പുട്ടിലെ വിവേകശാലിയായ രാജാവിന്റെ കൽപ്പന.

എന്നാൽ ഒരു പ്രധാന പ്രശ്നമുണ്ട്. പർവതംപോലുള്ള ഈ ജീവിയെ എങ്ങനെയാണ് രാജസന്നിധിയിലെത്തിക്കുക. അതിനു പറ്റിയ വാഹനങ്ങളൊന്നുംതന്നെ ലില്ലിപ്പുട്ടിലില്ല. അഥവാ ഉണ്ടാക്കിയാൽ തന്നെ എങ്ങനെയാണ് ഈ രാക്ഷസനെ വണ്ടിയിൽ കിടത്തുക എന്നിങ്ങനെയുള്ള ചോദ്യങ്ങൾ അവരെ കുഴക്കി. ഏതെങ്കിലും വിധത്തിൽ രാജധാനിയിലെത്തിക്കുന്നതിനിടയിൽ ഈ സത്വം ഉണർന്നെഴുന്നേറ്റാലോ. ഹോ ആ ഭയങ്കര കാഴ്ച സങ്കൽപ്പിച്ചുനോക്കിയ കുട്ടൂസന്മാർ ഭയന്നുവിറച്ചു. പക്ഷേ രാജകൽപ്പന നടപ്പാക്കിയല്ലേപറ്റൂ. അവസാനം മരത്തടികൾ കയറ്റിക്കൊണ്ടുപോകുന്ന വാഹനങ്ങൾ കൂട്ടിച്ചേർത്ത് ഒരു വാഹനസമുച്ചയം (Train) നിർമിച്ച് ഭീകരജീവിയെ അതിൽ കയറ്റിക്കൊണ്ടുപോവാൻ ജനങ്ങൾ തീരുമാനിച്ചു. അഞ്ഞൂറിലധികംപേർ ഒത്തുചേർന്ന് വാഹനസമുച്ചയം നിർമിക്കാൻ തീരുമാനിച്ചു. മൂന്നിഞ്ചു ഉയരം, ഇരുപത്തിരണ്ട് ചക്രം, നാലടി വീതി, ഏഴടി നീളം—ഇതായിരുന്നു വാഹനത്തിന്റെ വിസ്തൃതി. ഒരു ദിവസം തന്നെ വേണ്ടി വരും ഈ വണ്ടി രാക്ഷസജീവിയെയും വഹിച്ച് രാജസന്നിധിയിലെത്താൻ. എളുപ്പമല്ല ഇതൊന്നും. ഒന്നാമതായി ഗളിവറെ വണ്ടിയിൽ കയറ്റിക്കിടത്തണം. ബന്ധനത്തിൽ നിന്നും വിമുക്തനാക്കിയാൽ അയാൾ എന്തെല്ലാം ചെയ്യില്ല. അയാളെ ഒന്നു ചരിച്ചുകിടത്താൻ തന്നെ അവർ പെട്ട പാട് ഭയങ്കരമാണ്. പലരുടെയും ശരീരഭാഗങ്ങൾ ഉളുക്കിപോയിരുന്നു. കയറും മരത്തടികളും ഒക്കെ ഉപയോഗിച്ച് അവസാനം എങ്ങനെയോ ഗളിവറെ ലില്ലിപ്പുട്ടുനിവാസികൾ വണ്ടിയിൽ കയറ്റി എന്നു വിചാരിച്ചാൽ മതിയല്ലോ. ഒരു ഭഗീരഥ പ്രയത്നം തന്നെയായിരുന്നു അത്. അങ്ങനെ, ഗ്രീക്കുസൈനികർ ഒളിച്ചിരുന്ന ഭീമാകാരമായ ട്രോജൻ മരക്കുതിരയെ ട്രോയിലെ ജനങ്ങളും സൈനികരും ചേർന്ന് ആർപ്പുവിളികളോടെ നഗരവീഥിയിലേക്ക് വലിച്ചിഴച്ചു കൊണ്ടുപോയ പോലെ, ഗളിവറെ ലില്ലിപുഷ്യൻസ് രാജസന്നിധിയിലെത്തിച്ചു. ആ അസാധാരണമായ കാഴ്ച കാണാൻ ധാരാളം ആളുകളെത്തിയിരുന്നു. അഞ്ഞൂറു കുതിര

കൾ വലിച്ച വാഹനമായിരുന്നു അത്. രാത്രി മുഴുവൻ സൈനികർ വാഹനത്തിനു കാവൽ നിന്നു. നഗരവീഥിയിലെല്ലാം സൈന്യം സജ്ജമായി നിന്നു. ലണ്ടൻ പോലുള്ള മഹാനഗരത്തിൽ ഒരു ഡോക്ടറായി ജീവിച്ച നമ്മുടെ ഗളിവറെയാണ്, കരയ്ക്കടിഞ്ഞ തിമിംഗലത്തെയെന്ന പോലെ ഇങ്ങനെ കെട്ടിവലിച്ചു കൊണ്ടു പോയി നഗരവീഥിയിൽ പ്രദർശിപ്പിക്കുന്നത്. പ്രദർശനം കഴിഞ്ഞ് ലില്ലിപ്പുട്ട് രാജ്യത്തിലെ ഏറ്റവും ഭീമാകാരമായ പട്ടണത്തിലെ പുണ്യപുരാതനമായ ഒരു ക്ഷേത്രത്തിൽ ഗളിവറെ പാർപ്പിക്കാൻ രാജാവ് കൽപ്പിച്ചു. ലില്ലിപ്പുട്ടുനിവാസികൾ ഗളിവറുടെ കാൽ ചങ്ങലകൊണ്ടു ബന്ധിച്ചു. മുമ്പു കെട്ടിയിരുന്ന ചരടുകൾ അറുത്തുകളഞ്ഞു. മനുഷ്യാവകാശങ്ങൾ ലംഘിക്കപ്പെടാൻ പാടില്ല എന്ന കാര്യത്തിൽ ലില്ലിപ്പുട്ടു നിവാസികൾ നിഷ്കർഷത പുലർത്തിയിരുന്നു. പക്ഷേ, തങ്ങളുടെ മുന്നിൽ കിടക്കുന്ന ഈ ഭയാനകരൂപം മനുഷ്യനാണോ എന്നവർക്ക് സംശയമുണ്ടായിരുന്നു. ചിലർ അയാൾ മനുഷ്യനാണെന്നു തന്നെ വാദിച്ചു. കൂട്ടത്തിലെ ബുദ്ധിജീവികളാണ് അങ്ങനെ വാദി

ച്ചത്. ചെറിയ മനുഷ്യരിലെ ഏറ്റവും ചെറിയ മനുഷ്യരായിരുന്നു, ആ ബുദ്ധിജീവികൾ. ഭൂമിയിൽ പലയിടത്തും ജീവജാലങ്ങളും അവർക്കിടയിൽ മനുഷ്യരുമുണ്ടെന്നും അവർ വാദിച്ചു. ഗളിവറെ കണ്ട ആ ബുദ്ധിജീവികൾ തറപ്പിച്ചു പറഞ്ഞു, അയാൾ മനുഷ്യനാണെന്ന്. കാരണം അയാൾ മികച്ച വസ്ത്രങ്ങൾ ധരിച്ചിരിക്കുന്നു. രാക്ഷസന്മാർ വസ്ത്രം ധരിക്കുകയില്ല. പിന്നെ അമാനുഷരൂപങ്ങളായ ഗന്ധർവന്മാരിലും പിശാചുക്കളിലും ബുദ്ധിജീവികൾക്കു വിശ്വാസമുണ്ടായിരുന്നില്ല. അവർ യുക്തിവാദികളായിരുന്നു. അവരുടെ നിഗമനങ്ങൾ ശരിയായിരുന്നു. പക്ഷേ, ഭീമാകാരനായ ഇത്തരം മനുഷ്യർക്ക് തങ്ങളോളം ബുദ്ധിയുണ്ടാവുകയില്ലെന്ന് അവർ അന്ധമായി വിശ്വസിച്ചിരുന്നു. ശരീരം വലുതാവുംതോറും ബുദ്ധിശക്തി കുറയുമെന്നായിരുന്നു, അവരുടെ വാദം. ഇത്രയും വലിയ ശരീരത്തെ സുഖിപ്പിക്കുന്ന മനുഷ്യർക്ക് ധിഷണാപരമായ കാര്യങ്ങളിൽ ശ്രദ്ധയും താൽപ്പര്യവുമുണ്ടാവില്ലെന്ന് അവർ വാദിച്ചു. ലില്ലിപ്പുട്ടിലെ കവികൾ ഗളിവറുടെ രൂപംകണ്ട് വിസ്മയഭരിതരായി കവിതകൾ രചിച്ചു. നിഷ്കളങ്കരായ ലില്ലിപ്പുട്ടുജനത ഗളിവറെ നിവർന്നുനിൽക്കാൻ അനുവദിച്ചു. മാനംമുട്ടെ ഉയരത്തിൽ നിന്ന ഗളിവറുടെ രൂപംകണ്ട് അവർ ആർത്തലച്ചു. ചിലർ ഭയന്നോടി. മറ്റുചിലർ മോഹാലസ്യപ്പെട്ടു വീണു. സ്ത്രീകൾ കൈക്കുഞ്ഞുങ്ങളുടെ കണ്ണ് പൊത്തിപ്പിടിച്ചോടി. സൈനികർ ആത്മരക്ഷാർഥം ആയുധങ്ങൾ ഉയർത്തിപ്പിടിച്ചു. കുതിരകൾ നിലവിളിച്ചോടി. ആൾക്കൂട്ടത്തിന്റെ തിക്കിലും തിരക്കിലുംപെട്ട് നിരവധി പേർക്ക് പരിക്കേറ്റു. തങ്ങളെ മുഴുവൻ പിടിച്ചുതിന്നാൻ വന്ന ഭീകരരൂപിയാണെന്നുകരുതി സ്ത്രീകൾ നിലവിളിച്ചു. ചിലർ ദൂരെ മാറിനിന്ന് പൊട്ടിച്ചിരിച്ചു ബഹളമുണ്ടാക്കി. ലില്ലിപ്പുട്ടിലെ അത്ഭുതജീവിയെപ്പറ്റി മാത്രമേ അന്നുമുതൽ അവിടത്തെ അളുകൾക്ക് സംസാരിക്കാനുണ്ടായിരുന്നുള്ളൂ. ലക്ഷക്കണക്കിനു ജനങ്ങളാണ് അന്നവിടെ തമ്പടിച്ചത്. തങ്ങളാണ് ഭൂമിയിലെ ഏറ്റവും കരുത്തരായ മനുഷ്യർ എന്നു കരുതി അഹങ്കരിച്ചിരുന്ന ലില്ലിപ്പുട്ടിലെ കായികവിദഗ്ധരും മിസ്റ്റർ ലില്ലിപ്പുട്ടുമാരും ഗളിവറുടെ രൂപംകണ്ട് അന്തംവിട്ടുനിന്നു. ഗളിവർക്ക് ആഹാരം കൊടുക്കാൻ രാജാവിന്റെ കൽപ്പനയുണ്ടായി. നൂറുകണക്കിനു പാത്രങ്ങളിൽ ആഹാരമെത്തി. രുചികരമായ

ആ ആഹാരപദാർഥങ്ങളെല്ലാം തന്നെ ഗളിവർ ഉരുട്ടിവിഴുങ്ങുകയായിരുന്നു. അത്രയും വിശപ്പുണ്ടായിരുന്നു അയാൾക്ക്. ആ സന്ദർഭത്തിൽ ലില്ലിപ്പുട്ടുരാജാവ് രാജ്യത്തോടായി ഒരു പ്രഭാഷണം നടത്തി. പ്രസംഗമൊന്നും ഗളിവർക്ക് മനസിലായില്ലെങ്കിലും രാജാവ് നല്ലവനാണെന്നും നല്ല കാര്യങ്ങളാണ് അയാൾ പറയുന്നതെന്നും ഗളിവർക്ക് മനസിലായി. മണിക്കൂറുകൾ ആ നല്ല രാജാവ് ഗളിവറോട് സംസാരിച്ചു. ഇംഗ്ലീഷിലും ഫ്രഞ്ചിലുമാണ് അതിന് ഗളിവർ മറുപടി പറഞ്ഞത്. എന്നാൽ ഗളിവറുടെ ഭാഷകേട്ട് ജനം ചിരിച്ചു. ഇത് എന്തോന്നു ഭാഷ, ഏതോ പ്രാകൃതമായ ഭാഷയിൽ സംസാരിക്കുന്ന നിരക്ഷരനായ ആളാണെന്ന് കരുതി അവർ പരിഹസിച്ചു ചിരിച്ചു. ചിലർ അയാളെ അമ്പെയ്ത് പരിക്കേൽപ്പിച്ചു. ഗളിവർ വേദനകൊണ്ട് പുളഞ്ഞു. ആളുകൾ ചെറിയവരെങ്കിലും അവരുടെ മുള്ളുകൊണ്ടുള്ള അമ്പുകളേൽക്കുമ്പോൾ നല്ല വേദനയുണ്ടായിരുന്നു, ഗളിവർക്ക്. തന്റെ ദുർവിധിയിൽ അയാൾ വ്യസനിച്ചു. ലക്ഷക്കണക്കിനു ജനങ്ങൾക്കു മുന്നിൽ പ്രദർശനവസ്തുവായി അപമാനിതനായ ഗളിവർ ദു:ഖം കടിച്ചമർത്തി. തന്റെ നേരെ അമ്പ് എയ്ത കുറച്ചാളുകളെ ഗളിവർ കൈയിലെടുത്തു. അവരുടെ ശ്വാസം നിന്നു പോയിരുന്നു. ഗളിവർ അവരെ തന്റെ കീശയിലിട്ടു. കീശയിൽ നിന്നവർ പുറത്തുവരാൻ വേണ്ടി ഉരുണ്ടു പിരണ്ടുകളിച്ചപ്പോൾ ഗളിവർക്ക് ഇക്കിളി തോന്നി. പിന്നീടയാൾ തന്റെ പേനാക്കത്തിയെടുത്തു കുരുത്തംകെട്ട ലില്ലിപ്പുഷ്യന്മാരെ ഭയപ്പെടുത്തി. ജനം നിലവിളികൂട്ടി. എന്നാൽ ആ കത്തികൊണ്ട് ആരെയും ഉപദ്രവിച്ചില്ല. പോക്കറ്റിലിട്ട ആളുകളെ പുറത്തെടുത്തുവെച്ചു. പൊട്ടക്കിണറ്റിൽ വീണ് രക്ഷപ്പെട്ട് പുറത്തുവന്നവരെപ്പോലെ അവർ ആശ്വസിച്ചു. ഗളിവർ നല്ലവനാണെന്നു ജനങ്ങൾക്കു മനസിലായി. ഇയാൾ അപകടകാരിയല്ല.

നേരം രാത്രിയായി. ഗളിവർ ക്ഷേത്രത്തിനകത്ത് കടന്നു. ഇനിയുറങ്ങണം. നല്ല ക്ഷീണമുണ്ട്. രണ്ടാഴ്ചയോളം കാറ്റും വെളിച്ചവും കടക്കാത്ത ക്ഷേത്രത്തിൽ കഴിച്ചുകൂട്ടി. അതയാൾക്കൊരു ഗുഹയായിരുന്നു. തന്നെയെന്തിനാണ് ഈ ഗുഹാമന്ദിരത്തിൽ പാർപ്പിച്ചിരിക്കുന്നത്. അയാളുടെ മനസിൽ സംശയങ്ങൾ ഉരുണ്ടുകൂടി. രാത്രിയിൽ ദുഃസ്വപ്നങ്ങൾ കണ്ടയാൾ ഞെട്ടിയു

ണർന്നു. ഗളിവറുടെ ഞരക്കവും പിറുപിറുക്കലും കണ്ട് ക്ഷേത്ര കവാടത്തിലെ കാവൽക്കാർ പേടിച്ചരണ്ടു. രാത്രിയിൽ ഈ ജീവി എഴുന്നേറ്റുവന്നാലത്തെ സ്ഥിതിയോർത്ത് അവർ ഭയന്നുവിറച്ചു. ജനങ്ങളെല്ലാം പോയിരുന്നു. അങ്ങനെ ഗളിവർ അവിടത്തെ ജനങ്ങളെയും കാവൽക്കാർ ഗളിവറെയും ഭയന്ന് ദിനരാത്രങ്ങൾ തള്ളിനീക്കി. ആയിരക്കണക്കിനാളുകളാണ് നിത്യവും ഗളിവറെ കാണാൻ വരുന്നത്. ജനങ്ങൾ വരിവരിയായിവന്ന് ഗളിവറെ കണ്ടുമടങ്ങുകയാണ്. രാജാവ് സന്ദർശകർക്ക് കൃത്യമായ നിബന്ധനകൾ വച്ചു. ഗളിവറെ ആരും കളിയാക്കാൻ പാടില്ല. ഒരു തരത്തിലും ഉപദ്രവിക്കരുത്. ഒന്നിൽ കൂടുതൽ തവണ സന്ദർശിക്കുന്നവർ പണമടയ്ക്കണം.

ഗളിവറുടെ വേദനകൾ വർധിക്കുകയാണ്. കടലിൽ മുങ്ങിമരിച്ചുപോയിരുന്നെങ്കിൽ എത്ര നന്നായിരുന്നു. ഈ മഹാപീഡനം ഹൃദയഭേദകം തന്നെ. ആരോട് പറയാൻ, പറഞ്ഞിട്ടെന്ത് കാര്യം. ഇതിനിടയിൽ രാജസഭകൾ ചേർന്ന് ഗളിവറുടെ കാര്യങ്ങൾ ചർച്ചചെയ്തു. അയാളെ എന്തുചെയ്യും കാലിൽക്കിടക്കുന്ന ചങ്ങല മാത്രമാണ് ഒരേയൊരാശ്വാസമവർക്ക്. അത് പൊട്ടിയാൽ അല്ലെങ്കിൽ ഗളിവർ അത് പൊട്ടിച്ചാൽ എല്ലാം ഭംഗിയായി. ഒന്നും പിന്നെ അവശേഷിക്കില്ല. അയാളുടെ ചവിട്ടടിയിൽപ്പെട്ട് തീപ്പെട്ടിക്കൂടുകൾ പോലെ രാജകൊട്ടാരവും മറ്റും തകർന്നു തരിപ്പണമാവും, ജനങ്ങളെ ചവിട്ടിയരയ്ക്കും. ഗളിവറെ വധിക്കണമെന്നും അയാൾ അപകടകാരിയാണെന്നും ചിലർ അഭിപ്രായപ്പെട്ടു. അയാളെ തീറ്റിപ്പോറ്റാൻ ഖജനാവിലെ പണം ഉപയോഗിക്കുന്നതിനെ പലരും വിമർശിച്ചു. എന്നാൽ ഗളിവർ നല്ലവനാണെന്നും അയാളെ മോചിപ്പിക്കണമെന്നും ചിലർ ശക്തമായി വാദിച്ചു. തങ്ങളുടെ രാജ്യത്തിൽ അഭയമായെത്തിയ ഒരാളെ കാരണം കൂടാതെ വധിക്കുന്നത് രാജധർമത്തിനും ജനകീയ മൂല്യങ്ങൾക്കും എതിരാണെന്ന് അവർ വാദിച്ചു. അത് ശരിയാണെന്ന് രാജാവിനും തോന്നി. അയാൾ എന്തുതെറ്റാണ് തങ്ങളോട് ചെയ്തത്. തങ്ങളും ഇങ്ങനെ മറ്റൊരു നാട്ടിൽ വന്നു പെട്ടാൽ എന്തുചെയ്യും. രാജാവിന്റെ മനസലിഞ്ഞു. ഗളിവർക്കു വേണ്ട പരിചരണങ്ങൾ സുഗമമാക്കാൻ തന്നെ തീരുമാനമുണ്ടായി. ജനങ്ങളും അത് ശരിവെച്ചു. നല്ല ആഹാരം, മികച്ചവസ്ത്രങ്ങൾ

എല്ലാം തയാറാക്കി. കൂടാതെ ഗളിവർക്ക് ലില്ലിപ്പുട്ടിലെ ഭാഷ പഠിപ്പിക്കാൻ മികച്ച ഭാഷാപണ്ഡിതന്മാരെയും ഏർപ്പാടാക്കി. തന്നെ കൊല്ലാനുള്ള പരിപാടി ഉപേക്ഷിച്ചുവെന്ന് ഉറപ്പിക്കാൻ പക്ഷേ, ഗളിവർക്കു കഴിഞ്ഞില്ല. ഓരോ ദിവസത്തെ രാജസഭയും ചേർന്നു അവസാനിക്കും വരെ ഗളിവർക്ക് ആശങ്കയാണ്. ഇന്നത്തെ തീരുമാനം എന്തായിരിക്കും എന്നാണയാളുടെ ചിന്ത. തന്നെ ഇങ്ങനെ സന്തോഷപൂർവം ആഹാരം തന്ന് സുഖിപ്പിക്കുന്നത് വല്ല ദൈവങ്ങൾക്ക് ബലി നൽകാനോ? അതോ രാജ്യത്ത് അതിക്രമിച്ചുകടന്ന രാജ്യദ്രോഹക്കുറ്റത്തിന് ശിക്ഷിക്കുന്നതിന്റെ മുന്നോടിയായ കീഴ്വഴക്കങ്ങളാണോ? ഈ ക്ഷുദ്ര മനുഷ്യരുടെയിടയിൽ നിന്നും രക്ഷപ്പെടാൻ കഴിയാത്ത അവസ്ഥയിൽ അയാളുടെ മനസുനൊന്തു. മരണമെങ്കിൽ മരണം. മറ്റുവഴികളില്ലല്ലോ. ഇതിനിടയിൽ ഗളിവർ ലില്ലിപ്പുട്ടിലെ ഭാഷ കുറേശ്ശെ പഠിച്ചു. തന്റെ നിരപരാധിത്വം തെളിയിക്കാനും നിസ്സഹായാവസ്ഥ അറിയിക്കാനും ഇവരുടെ ഭാഷ പഠിച്ചേ പറ്റൂ. വളരെ രസകരമായിരുന്നു, ഗളിവറുടെ ഭാഷാപഠനം. വളരെ പേടിച്ചാണ് ഭാഷാപണ്ഡിതന്മാർ ഗളിവറുടെ അടുത്തെത്തിയത്. ഭീമാകാരനായ തങ്ങളുടെ വിദ്യാർഥിക്കുമുന്നിൽ ആനയുടെ മുന്നിൽപ്പെട്ട മുയൽക്കുഞ്ഞിനെപ്പോലെ അധ്യാപകർ ഇരുന്നു. അധ്യാപകർ പറയുന്ന കാര്യം ശരിക്കും കേൾക്കണമെങ്കിൽ ഗളിവർക്ക് തലതാഴ്ത്തിപ്പിടിക്കണം. അധ്യാപകർ പറയുന്ന വാക്കുകൾ ഗളിവർ ഏറ്റുപറയുന്നതു കേട്ട്, അധ്യാപകർ തന്നെ നടുങ്ങിപ്പോയി. ലില്ലിപ്പുഷ്യൻ ദീർഘാക്ഷരങ്ങൾ ഗളിവർ ഉച്ചരിക്കുന്നതുകേട്ട് അവിടെ കാവൽനിന്ന പലരും ഓടിപ്പോയി. വീടുകളിൽനിന്നും ആളുകൾ ഭയന്നു പുറത്തുവന്നു. പക്ഷേ, അധ്യാപകർക്കു ക്ലാസുനിർത്താൻ പറ്റില്ലല്ലോ. രാജശാസനയാണ്. ജീവൻ പണയം വെച്ചാണവർ അത്ഭുതജീവിയെ പഠിപ്പിക്കാൻ വന്നത്. തങ്ങളുടെ രാജ്യത്ത് വന്നടിഞ്ഞ ഭീകരസത്വത്തെ ഭാഷപഠിപ്പിക്കാൻ പോവണമെന്ന രാജശാസന അറിഞ്ഞ് അധ്യാപകരുടെ ഭാര്യമാർ രാത്രി മുഴുവൻ കരഞ്ഞു. രാജശാസന നിറവേറ്റാതിരുന്നാൽ ശിക്ഷയുണ്ടാവും. നിറവേറ്റിയാൽ ജീവൻ പോവും. ഇതായിരുന്നു, അവരുടെ ചിന്ത. പ്രഭാതത്തിൽ പ്രത്യേക പൂജകൾ നടത്തിയാണ് ഭാര്യമാർ തങ്ങളുടെ അധ്യാപകരായ

ഭർത്താക്കന്മാർക്ക് യാത്രാമംഗളം നേർന്നത്. എന്നാൽ ആദ്യ ദിനത്തെ അനുഭവങ്ങൾ അധ്യാപകർ തങ്ങളുടെ വീട്ടിൽ അവതരിപ്പിച്ചു. ഭീകരരൂപി അപകടകാരിയല്ലെന്നും ലില്ലിപുഷ്യൻ ഭാഷ അയാൾക്ക് എളുപ്പത്തിൽ ഹൃദിസ്ഥമാവുന്നുവെന്നും തങ്ങളുടെ ഭർത്താക്കന്മാർ പറഞ്ഞപ്പോൾ ഭാര്യമാർക്ക് ആശ്വാസമായി.

ഗളിവർക്കും കുറച്ച് സന്തോഷം നൽകുന്നതായിരുന്നു, ഭാഷാപഠനം. മരിക്കുകയാണെങ്കിൽപ്പോലും ഒരു ഭാഷ പഠിക്കാൻ അവസരമുണ്ടായല്ലോ. ഭാഷാപഠനത്തിന്റെ പുരോഗതിയറിയാൻ രാജാവ് ഗളിവറുടെ അടുത്തെത്തി. അദ്ദേഹത്തിന് അത്ഭുതമായി. ഭീകരജീവി തങ്ങളുടെ ഭാഷയിൽ സംസാരിക്കാൻ തുടങ്ങിയിരിക്കുന്നു. ഗളിവർ രാജാവിനോട് പറഞ്ഞതിതാണ്; “എന്നോടു ദയയുണ്ടാവണം. എന്നെ മോചിപ്പിക്കണം. ഞാൻ ഒരപകടത്തിൽ പെട്ടതാണ്. അബദ്ധത്തിൽ ഇവിടെ വന്നുപെട്ടതാണ്. ലോകം കാണാൻ യാത്ര തിരിച്ചതാണു ഞാൻ. കാറ്റിൽപ്പെട്ട് ഞങ്ങളുടെ കപ്പൽ തകർന്നു. കൂടെയുണ്ടായിരുന്നവർ പലരും കടലിൽ മുങ്ങി മരിച്ചു. ഞാനിവിടെ ഈ തീരത്തണഞ്ഞു. ഞാൻ നിങ്ങളെ ഉപദ്രവിക്കില്ല. എനിക്കൊരു ഭാര്യയും മൂന്നുകുഞ്ഞുങ്ങളുമുണ്ട്. അവർ എന്റെ വരവും കാത്തിരിക്കയാണ്, എന്നെ പോകാനനുവദിക്കണം.”

ഗളിവറുടെ വാക്കുകൾ രാജാവിന്റെ മനസലിയിച്ചു. തന്റെ മുന്നിൽ നിൽക്കുന്ന ആൾ ഒരു ഭീകരരൂപിയാണെന്ന കാര്യം രാജാവ് മറന്നു. ഒരു കൊച്ചു കുഞ്ഞിനെയെന്നവണ്ണം ഗളിവറെ ആശ്വസിപ്പിക്കാൻ രാജാവ് വെമ്പി. ഈറനണിഞ്ഞ ആ കവിളുകൾ സ്പർശിക്കാൻ രാജാവ് കൈയുയർത്തി, പക്ഷേ, ഗളിവറുടെ പാദത്തിനു തൊട്ടു മുകളിലുള്ള ഭാഗം വരെയേ രാജാവിന് സ്പർശിക്കാൻ കഴിഞ്ഞുള്ളൂ. രാജാവ് ആ പാദഭാഗങ്ങളിൽ തലോടിക്കൊണ്ടു പറഞ്ഞു:

“വ്യസനിക്കേണ്ട, നിങ്ങൾക്ക് പോവാം, അൽപ്പം കൂടി ക്ഷമിക്കൂ.”

ഗളിവർക്ക് ആ രാത്രി വളരെ ആശ്വാസം തോന്നി. ഈ കൊച്ചു രാജ്യത്തെ രാജാവ് എത്ര നല്ലവനാണ്. നിഷ്കളങ്കനായ രാജാവ്. നിഷ്കളങ്കരായ ജനങ്ങൾ അവർ ഭയന്നിട്ടാണ് തന്നെ ചങ്ങലയ്ക്കിട്ടിരിക്കുന്നത്.

പിറ്റേന്നും രാജാവ് തന്നെ സന്ദർശിക്കാൻ വന്നപ്പോൾ ഗളി

വർ തന്നെ മോചിപ്പിക്കാൻ വേണ്ടി യാചിച്ചു. പക്ഷേ, പെട്ടെന്നൊരു തീരുമാനമെടുക്കാൻ രാജാവിനു കഴിയുമായിരുന്നില്ല. മനസലിയിക്കുന്ന വാക്കുകൾ കേട്ടുകൊണ്ട് ഏകപക്ഷീയമായ ഒരു തീരുമാനം ഞാനെങ്ങനെ എടുക്കും. ഈ ഭീകരജീവിയെ സ്വതന്ത്രനാക്കാനാണ് രാജസഭയുടെയും ജനസഭയുടെയും ഭൂരിപക്ഷാഭിപ്രായം. പക്ഷേ, ഏതെങ്കിലും കാരണവശാൽ ഇയാൾ സ്വതന്ത്രനാവുമ്പോൾ അക്രമാസക്തനായാലോ, പ്രതികാരത്തിനു മുതിർന്നാലോ. ഇയാളുടെ കൂട്ടരെയും കൂട്ടി ഈ നാടു പിടിച്ചടക്കിയാലോ. ദുർബലരായ മനുഷ്യരെയും അവരുടെ നാടിനെയും പിടിച്ചടക്കാൻശേഷിയുള്ളവർ ഈ ഭൂമുഖത്തുണ്ടെന്നും അവസരം വരുമ്പോൾ അവരത് ചെയ്യുമെന്നും തന്നെ പൂർവികർ പഠിപ്പിച്ച കാര്യം രാജാവോർത്തു. ഇയാൾ നിമിത്തം അത് സംഭവിച്ചാൽ എന്തായിരിക്കും സ്ഥിതി. പ്രജകളുടെ സംരക്ഷണമാണ് തന്റെ കർത്തവ്യം. ഒരു നിമിഷത്തെ എടുത്തുചാട്ടം, വരും വരായ്കകളെക്കുറിച്ചുള്ള ചിന്തയില്ലാതെയുള്ള തീരുമാനം എന്തെന്തു ദുരന്തങ്ങൾ വരുത്തിവയ്ക്കില്ല. ഇതെല്ലാം ഓർത്ത് വിഷണ്ണനായ രാജാവ്, ഗളിവറോട് ഇപ്രകാരം പറഞ്ഞു;

"നിങ്ങളെ മോചിപ്പിക്കാൻ തന്നെയാണ് ഞങ്ങളുടെ തീരുമാനം. പക്ഷേ, അൽപ്പംകൂടി കാത്തിരിക്കണം."

ഗളിവറുടെ മനസിൽ വീണ്ടും സംശയങ്ങൾ ഉരുണ്ടുകൂടി. ഈ രാജാവിനെ വിശ്വസിക്കാമോ. തന്നെ ബലി കൊടുക്കാനുള്ള ശുഭമുഹൂർത്തം തിരയുകയാണോ ഇയാൾ. എന്റെ ദൈവമേ. മരണമെങ്കിൽ മരണം, എന്തിനിങ്ങനെ ആശകൾ നൽകുന്നു.

മുഖം പൊത്തി ചിന്താമഗ്നനായിരുന്നുപോയ ഗളിവറോട് രാജാവിന് ദയതോന്നി. അദ്ദേഹം പറഞ്ഞു;

"താങ്കളെ മോചിപ്പിക്കാം, പക്ഷേ, ഒരിക്കലും ഞങ്ങളെ ഉപദ്രവിക്കില്ലെന്ന് ഉറപ്പുതരണം. നിങ്ങളുടെ ദേഹപരിശോധന നടത്താൻ അനുവദിക്കണം. നിങ്ങൾ ആയുധങ്ങൾ ഒളിപ്പിച്ചുവെച്ചിട്ടുണ്ടെന്നാണ് ജനം സംശയിക്കുന്നത്."

"എന്റെ ദേഹപരിശോധന നിങ്ങൾക്ക് നടത്താവുന്നതാണല്ലോ."

ഗളിവർ ഇങ്ങനെ പറഞ്ഞപ്പോൾ രാജാവിനു സന്തോഷമായി.

രാജകൊട്ടാരത്തിലെ ഉന്നതരായ പൊലീസുദ്യോഗസ്ഥർ ഗളിവറെ ദേഹപരിശോധന നടത്തി. ഭീകരമായ ആയുധങ്ങൾ വല്ലതും ഒളിപ്പിച്ചുവെച്ചിട്ടുണ്ടോ എന്നറിയണമല്ലോ. ലില്ലിപ്പുട്ടിലെ പൊലീസുദ്യോഗസ്ഥർ ഗളിവറുടെ കുപ്പായക്കീശയും പാന്റ്സിന്റെ കീശയും വിശദമായി പരിശോധന നടത്തി. പക്ഷേ കണ്ടുകിട്ടിയത് ഇവയാണ്. ഒരു തൂവാല, മൂക്കുപൊടി പെട്ടി. അത് വെള്ളികൊണ്ടുണ്ടാക്കിയതായിരുന്നു. ആ പെട്ടി കണ്ട് അവ രമ്പരന്നു. പെട്ടി തുറന്ന് അവർ ആ പൊടി പരിശോധിച്ചു. ആ പൊടി ഉദ്യോഗസ്ഥരുടെ മൂക്കിലും കണ്ണിലുമെല്ലാമായി. കണ്ണുകളിൽ വെള്ളം നിറഞ്ഞു. തുമ്മിത്തുമ്മി പൊലീസുദ്യോഗസ്ഥർ വലഞ്ഞു. എന്തോ മാരക വസ്തുവാണെന്നാണ് അവർ കരുതിയത്. പിന്നീടവർ കണ്ടെടുത്തത് കുറെ കടലാസുകെട്ടുകളും ചീർപ്പുമായിരുന്നു. പിന്നെ പേനക്കത്തി, ക്ഷൗരക്കത്തി, വാൾ, കൈത്തോക്ക്, ഘടികാരം ഇവയെല്ലാം കണ്ട് അവർ ഭയന്നു. ഇവയെല്ലാം തന്നെ പൊലീസുദ്യോഗസ്ഥർ പിടിച്ചെടുത്ത് വിദഗ്ധപരിശോധനയ്ക്കായി രാജകൊട്ടാരത്തിലേക്ക് കൊണ്ടുപോയി. ഇതുകൂടാതെ തോലുകൊണ്ടുള്ള ഒരു സഞ്ചി (purse) യുണ്ടായിരുന്നു ഗളിവറുടെ പക്കൽ. അതു നിറയെ സ്വർണനാണയങ്ങളായിരുന്നു. അതുകണ്ട് അവർ അമ്പരന്നു. അവർ ആ വിദേശനാണയം, വിദേശനാണയചട്ടം ലംഘിച്ചതിന്റെ പേരിലാവാം പിടിച്ചെടുത്തു. തങ്ങളുടെ രാജ്യത്തേക്ക് അതിക്രമിച്ചു കയറിയ ആ അധിനിവേശകന്റെ അനധികൃത സമ്പത്തുകൾ പിടിച്ചെടുത്തതിന്റെ അഭിമാനമായിരുന്നു, അവർക്ക്. ഇത്തരത്തിലുള്ള ഒരു ഭീകരനെ ചെല്ലുംചെലവും കൊടുത്തുപോറ്റുന്ന രാജാവിനെ പലരും വിമർശിച്ചു. രാജാവ് വിദേശചാരനാണെന്നും ദല്ലാളാണെന്നും ചിലർ കുറ്റപ്പെടുത്തി. പിടിച്ചെടുക്കപ്പെട്ട സാധനങ്ങൾ രാജസന്നിധിയിലെത്തി. വിദഗ്ധസംഘം അത് പരിശോധിച്ച് റിപ്പോർട്ടു നൽകി. റിപ്പോർട്ടുകൾ പരിശോധിച്ചശേഷം രാജാവ് ഗളിവറെ സന്ദർശിച്ചു. ഗളിവറിൽ നിന്നും പിടിച്ചെടുക്കപ്പെട്ട വസ്തുക്കളുടെ ഉപയോഗം തിരിച്ചറിയാനാണ് രാജാവ് വന്നത്. ലില്ലിപ്പുട്ടിലെ രാജാവും ജനങ്ങളും കിംവദന്തികളെ വിശ്വസിക്കാറില്ല. എന്തും നേരിട്ടു കണ്ടും തെളിയിച്ചും ബോധ്യപ്പെടണം— ഇതായിരുന്നു അവരുടെ രീതി. ആദ്യം രാജാവ് മൂക്കു

പൊടി ഉപയോഗിക്കാൻ ഗളിവറോട് ആവശ്യപ്പെട്ടു. ഗളിവർ അപ്രകാരം ചെയ്ത്, തുമ്മാൻ തുടങ്ങി. തുമ്മലിന്റെ ശക്തിയിൽ ജനങ്ങൾ പലരും വിറച്ചുപോയി. ഭീകര ശബ്ദം താങ്ങാനാവാതെ അവർ ഓടി. രാജാവും സൈന്യവും പിറകോട്ടുമാറി. ഗളിവർ ഒന്നുതുമ്മിയപ്പോഴേക്കും തെറിച്ചുപോയ ജനക്കൂട്ടം പക്ഷേ, പിറകോട്ടടിച്ചില്ല. അവർ 'വൈദേശികചാര'നു നേരെ വന്നു. അങ്ങനെ ഗളിവർ ഓരോ സാധനവും ഉപയോഗിച്ചുകാണിച്ചു. വാൾ വീശിയപ്പോൾ ജനം കമഴ്ന്നടിച്ചു വീണു. ആ വാളിന്റെ സീൽക്കാരം കേട്ട് നാട്ടുകാർ മുഴുവൻ പരിഭ്രാന്തരായി. പിന്നീട് ഗളിവർ തോക്കിന്റെ ഉപയോഗം കാണിച്ചു. ആകാശത്തേക്കയാൾ വെടിപൊട്ടിച്ചു. ആ ഭയാനകശബ്ദംകേട്ട് ഭൂമി കുലുങ്ങുകയാണ് എന്നാണവർ കരുതിയത്. വാളും തോക്കും മറ്റും കൊട്ടാരത്തിലേക്കു കൊണ്ടുപോകുകയും മറ്റു സാധനങ്ങൾ ഗളിവർക്കു തിരിച്ചുകൊടുക്കുകയും ചെയ്തു. മര്യാദരാമന്മാരായ ലില്ലിപ്പുട്ടുകാരുടെ രീതിയിൽ ഗളിവർ സന്തുഷ്ടനായിരുന്നു. വാളും തോക്കും മറ്റും പിന്നീട് തിരിച്ചു തരുമെന്നു തന്നെ അയാൾ വിശ്വസിച്ചു. അന്നത്തെ രാത്രി ഗളിവർക്ക് വളരെ പ്രശാന്തത അനുഭവപ്പെട്ടു. മനസിലെവിടെയോ പ്രതീക്ഷയുടെ ചില മൊട്ടുകൾ വിടരുന്നുണ്ടായിരുന്നു. ആകാശം നിറയെ നക്ഷത്രങ്ങളുണ്ടായിരുന്നു. നക്ഷത്രങ്ങളും തന്നെത്തന്നെ സൂക്ഷിച്ചു നോക്കുകയാണോ? ഈ അജ്ഞാതദ്വീപിൽ നിന്നും തനിക്കു മോചനമുണ്ടാകുമെന്ന ഒരു ഉൾവിളി ഗളിവറിനുണ്ടായിരുന്നു. നനുത്ത കടൽക്കാറ്റ് ഗളിവറെ തഴുകിയുറക്കി. ശാന്തസുന്ദരമായ ഉറക്കം.

3

ലില്ലിപ്പുട്ടിന്റെ മാലാഖ

ഗളിവർ ലില്ലിപ്പുട്ടിൽ വന്നിട്ട് ആഴ്ചകൾ, മാസങ്ങൾ കടന്നുപോയി. അജ്ഞാതമായ ആ ദ്വീപിനെ ഗളിവർ ക്രമേണ ഇഷ്ടപ്പെടാൻ തുടങ്ങുകയാണോ? ഏതോ ക്ഷുദ്രജീവികളാണ് ലില്ലിപ്പുട്ടുകാർ എന്നാണ് ഗളിവർ ആദ്യം കരുതിയിരുന്നത്. ആ കുട്ടൂസന്മാർ നല്ലവരല്ലേ? ഗളിവർ അവരുമായി അടുക്കുകയായിരുന്നു. അവരിൽ പലരും ഗളിവറുടെ കൂട്ടുകാരായി. ചിലർ അയാളുടെ മടിത്തട്ടിൽ കയറിയിരിക്കും. ചിലർ ഉള്ളംകൈകളിൽ കയറി നൃത്തമാടും മറ്റുചിലർ മധുരമായി പാടും. അവരോട് ഗളിവർക്ക് എന്തെന്നില്ലാത്ത കരുണ തോന്നി. ദൈവം ഇവർക്കു കുറച്ചുകൂടി വലുപ്പം കൊടുത്തിരുന്നെങ്കിൽ. ചില ലില്ലിപ്പുട്ടുകാർ ഗളിവറുടെ തലയിൽ കയറി ഒളിച്ചുകളിക്കും. മുടി ചീകിക്കൊടുക്കും. ലില്ലിപ്പുട്ടുകാർക്കെല്ലാം ഗളിവറെ ഇഷ്ടം തന്നെയായിരുന്നു. അവർ ഗളിവറെ രസിപ്പിക്കാൻ വേണ്ടി പലപല വിനോദങ്ങളും സംഘടിപ്പിക്കും. വാദ്യമേളങ്ങളും പാട്ടും നൃത്തവും കൊണ്ട് നിറഞ്ഞ ആഘോഷങ്ങൾ, വിഭവസമൃദ്ധമായ സദ്യകൾ. എല്ലാം ഗളിവർക്കുവേണ്ടി മാത്രം. ലില്ലിപ്പുട്ടിലെ ആരാധ്യനാണ് ഗളിവർ. ചിലർക്കയാൾ ദൈവമാണ്. ലില്ലിപ്പുട്ടിലെ സ്ത്രീകൾക്ക് ഗളിവറോട് വലിയ ആരാധനയായിരുന്നു. ലില്ലിപ്പുട്ടിലെ ചില പുരുഷന്മാർക്ക് അത് കാണുമ്പോൾ അസൂയയായിരുന്നു. ഗളിവറെ കാണാൻ സ്ത്രീകൾ ആഗ്രഹം പ്രകടിപ്പിക്കുമ്പോൾ ചില

ഭർത്താക്കന്മാർക്ക് ദേഷ്യം തോന്നും. 'അവനത്രയൊന്നും വലുപ്പമില്ല' എന്നു പറഞ്ഞ് ഒളികണ്ണിട്ടുനോക്കുന്ന ഭർത്താക്കന്മാരുണ്ടായിരുന്നു. എങ്കിലും ലില്ലിപ്പുട്ടിലെ സ്ത്രീകൾ ഗളിവറെ കാണാൻ വന്നു. അയാളുടെ ശിരസിൽ കയറിക്കളിക്കുന്ന പുരുഷന്മാരോട് അവർക്കസൂയ തോന്നി. ചില സ്ത്രീകൾ പൂക്കളിറുത്ത് ഗളിവറുടെ നേർക്കെറിഞ്ഞു. അത് കണ്ട് ലില്ലിപ്പുട്ടിലെ പുരുഷന്മാർ തങ്ങളും ഗളിവറായിരുന്നെങ്കിൽ എന്നോർത്തിരുന്നു. വികൃതികാണിക്കുന്ന കുട്ടികളെ ലില്ലിപ്പുട്ടിലെ സ്ത്രീകൾ പേടിപ്പിക്കാൻ വേണ്ടി പറയും. "മിണ്ടാതിരുന്നോ, ഇപ്പോ ഗളിവറു വരും" ആഹാരം കഴിക്കാൻ മടി കാണിക്കുന്ന കുട്ടികളോട് പറയും, "ഗളിവറെ വിളിക്കണോ" ഉറങ്ങാത്ത കുട്ടികളോട് പറയും "വേഗം ഉറങ്ങിക്കോ, ഗളിവറു വരും" പാലുകുടിക്കാൻ മടിക്കുന്ന കുട്ടികളോട് പറയും;

"പാലു കഴിച്ചാൽ നിനക്കും ഗളിവറെപ്പോലെയാകാം."

ഇതിനിടയിൽ ലില്ലിപ്പുട്ടിലെ ജനങ്ങളെയും രാജാവിനെയും രസിപ്പിക്കാൻ ഗളിവർ പല വിനോദപരിപാടികളും നടത്തി. ലില്ലിപ്പുട്ടിലെ കുതിരകളെക്കൊണ്ടും പല കളികളും കളിപ്പിച്ചു. രാജാവിനും രാജ്ഞിക്കും ഈ കളികൾ ഏറെ ഇഷ്ടപ്പെട്ടു. നല്ല ആൾ, ഇയാളെ എന്തിനു ഭയപ്പെടണമെന്ന് രാജ്ഞി ചോദിച്ചു. പല മായാജാലങ്ങളും കാണിച്ചു ഗളിവർ. ജനം ആർത്തുചിരിച്ചു. തന്റെ മസിലുകൾ പ്രദർശിപ്പിച്ചു. ജനം അതു കണ്ട് വാപൊളിച്ചു പോയി. പാട്ടുപാടി, അതുകേട്ട് ജനം നിശ്ചലരായി നിന്നു. നൃത്തം ചെയ്തു, ഗളിവർ. ലോകത്തിലിന്നേവരെ കാണാത്ത ആ ദൃശ്യം കണ്ട് അവിടത്തെ കലാകാരന്മാരും കുട്ടികളുമെല്ലാം ഗളിവറെ അനുകരിക്കാൻ തുടങ്ങി.

ഇതിനിടയിൽ ലില്ലിപ്പുട്ടിലെ കടൽക്കരയിൽ എന്തോ ഒന്ന് വന്നടിഞ്ഞു. ഇതുവരെ കണ്ടിട്ടില്ലാത്ത ഒരപൂർവ വസ്തു. അതിന്റെ അകം പൊള്ളയായിരുന്നു. രാജാവിനോളം വലുപ്പമുള്ള ആ വസ്തുവിനെ കാണാൻ കടൽക്കരയിൽ ജനം ഒഴുകിയെത്തി. അതൊരു ജീവിയാണെന്ന് പലരും അഭിപ്രായപ്പെട്ടു. എന്നാൽ അതിന് ചലനമുണ്ടായിരുന്നില്ല. വായും മുഖവുമുണ്ടായിരുന്നില്ല. അത് ജീവനില്ലാത്തതാണെന്ന് പിന്നീടവർക്കു ബോധ്യമായി. ഗളിവറുടെ തൊപ്പിയായിരുന്നു അത്. ഒരു വലി

യ ഘോഷയാത്രയായി ആ തൊപ്പി ലില്ലിപ്പുട്ടിലെ ജനങ്ങൾ രാജസന്നിധിയിലെത്തിച്ചു. ഗളിവർ കടലിൽ മുങ്ങിപ്പോയപ്പോൾ നഷ്ടപ്പെട്ടതായിരുന്നു, ആ തൊപ്പി. ആ തൊപ്പിഘോഷയാത്ര കാണാൻ ജനം നഗരവീഥിക്കിരുവശവും നിലയുറപ്പിച്ചിരുന്നു. തൊപ്പി കണ്ടപ്പോൾ ഗളിവർക്കു സന്തോഷമായി. അയാളതെടുത്തു തലയിൽ വെച്ചപ്പോൾ ജനങ്ങൾക്കുണ്ടായ അത്ഭുതം പറഞ്ഞറിയിക്കാൻ കഴിഞ്ഞില്ല. അവർ സീൽക്കാരം പുറപ്പെടുവിച്ചു. കൈയടിച്ചു. രാജകിരീടം പോലെ ഉള്ള ഒന്നാണെന്ന് ചിലർ പറഞ്ഞു. മറ്റു ചിലർ പറഞ്ഞത് അയാൾ ഏതോ രാജ്യത്തെ രാജാവാണെന്നായിരുന്നു.

അങ്ങനെ സന്തോഷകരമായ ദിനങ്ങൾ കടന്നുപോയെങ്കിലും ഗളിവർക്ക് എന്തെന്നില്ലാത്ത ആശങ്കയും ദു:ഖവുമുണ്ടായി. നാട്ടിലെത്തണം, ഭാര്യയെയും കുട്ടികളെയും കാണണം. എത്ര ദിവസമായി അവരെ പിരിഞ്ഞിട്ട്, അവരിപ്പോൾ എന്തു ചെയ്യുകയായിരിക്കും. തന്നെയോർത്ത് ഉറങ്ങാതിരിക്കുകയാവും. പാവം കുട്ടികൾ. ഒന്നും വേണ്ടായിരുന്നു. എല്ലാ പ്രതീക്ഷകളും അസ്തമിക്കുകയാണോ, രാജാവ് തന്നെ മോചിപ്പിക്കില്ലേ? ഗളിവർ പലതവണ രാജാവിനോട് തന്റെ മോചനക്കാര്യം പറഞ്ഞു. രാജാവ് അതൊന്നും നിഷേധിച്ചില്ലെങ്കിലും മോചനം എന്ന സ്വപ്നം അകന്നകന്നുപോവുകയായിരുന്നു. രാജസഭയും ജനസഭയും പലതവണ ചേർന്നു. അവസാനം രാജസഭ നിർണായകമായ ഒരു തീരുമാനമെടുത്തു. മോചനത്തിന്റെ ആദ്യഘട്ടമെന്ന നിലയിൽ പർവതമനുഷ്യന് ലില്ലിപ്പുട്ടിലെവിടെയും സഞ്ചരിക്കാം. പക്ഷേ, നാടുവിട്ടു പോകാൻ പാടില്ല. ഗളിവർ യാത്ര ചെയ്യുന്നതിനു രണ്ടുമണിക്കൂർ മുമ്പ് ആ വിവരം അറിയിക്കണം. ജനങ്ങളൊന്നും ആ സമയം വഴിയരികിൽ നിൽക്കാൻ പാടില്ല. വാഹനങ്ങൾ നിരത്തിലിറക്കരുത്. കാരണം ഗളിവറുടെ കാലടിയിൽപ്പെട്ട് അവ പപ്പടം പോലെ പൊടിഞ്ഞുപോവും. ഗളിവർ യാത്രചെയ്യുന്ന ദിവസങ്ങൾ പൊതു അവധിയായിരിക്കും. സ്കൂളുകൾ പ്രവർത്തിക്കുകയില്ല. കടകമ്പോളങ്ങൾ അടഞ്ഞു കിടക്കും. എന്നാൽ ഇത്തരം അസൗകര്യങ്ങൾ കുറയ്ക്കാൻ വേണ്ടി ഗളിവറുടെ യാത്രയിൽ ചില നിയന്ത്രണങ്ങൾ വെച്ചിരുന്നു. കഴിയുന്നതും വൈകുന്നേരങ്ങളിലാവണം യാത്ര. കൃഷി

യിടങ്ങളിൽക്കൂടി സഞ്ചരിക്കരുത്. തോട്ടങ്ങളിൽ പോവരുത്. കഴിയുന്നതും പൊതുനിരത്തിലൂടെയായിരിക്കണം യാത്ര. നടക്കുമ്പോൾ വളരെ ശ്രദ്ധിച്ചേ നടക്കാവൂ. കാരണം അറിയാതെ ആരെങ്കിലും ആ കാലടികളിൽപ്പെട്ടുപോവും. ഇതു മാത്രമല്ല, അന്യരാജ്യങ്ങളുമായി യുദ്ധമുണ്ടാവുമ്പോൾ ഗളിവർ, ലില്ലിപ്പുട്ടിന്റെ കൂടെ നിന്നു യുദ്ധം ചെയ്യണം. അങ്ങനെ വന്നാൽ തന്നെ ലില്ലിപ്പുട്ടുകാർക്ക് ജയിക്കാം. ഗളിവർ യുദ്ധം ചെയ്യണമെന്നുതന്നെയില്ല. അയാൾ സൈന്യത്തിന്റെ മുന്നിൽ നിന്നാൽത്തന്നെ ശത്രുസൈന്യം പേടിച്ചോടും. ഗളിവർ തെരുവിലൂടെ യാത്ര ചെയ്യുന്നതു കാണാൻ ജനങ്ങൾ വഴിയരികിൽ പതുങ്ങി നിന്നു. പലരും വീടിന്റെ ടെറസിൽ നിന്നാണ് ആ അത്ഭുതക്കാഴ്ച കണ്ടത്. രണ്ടു ഭീമാകാരമായ കാലുകൾ മിന്നൽ വേഗത്തിൽ ചലിക്കുന്നു.

ഗളിവറുടെ കായികശക്തിയെ നന്നായി ഉപയോഗപ്പെടുത്താൻ ലില്ലിപ്പുട്ടുകാർക്കു കഴിഞ്ഞു. ഈ പർവതമനുഷ്യനെ തീറ്റിപ്പോറ്റുന്നത് അവരാണല്ലോ. രാജ്യത്തിന് വലിയ മതിലുകളും കുളങ്ങളും കുഴിക്കാൻ ഗളിവർ സഹായിക്കണം. എന്നാൽ ഗളിവർക്ക് ഇത് നിഷ്പ്രയാസം കഴിഞ്ഞു. കുളം കുഴിക്കേണ്ടസ്ഥലം കാണിച്ചു കൊടുത്താൽ ഗളിവർ തന്റെ വലതുകാലുകൊണ്ട് ഒന്നവിടെ ചവിട്ടും. എന്നിട്ട് വിരലുകൾകൊണ്ട് ഒന്നു ഞെരടും. അതാ വരുന്നു ഭീമാകാരമായകുളം. കുളങ്ങളും ജലാശയങ്ങളും വർധിച്ചതോടെ ലില്ലിപ്പുട്ടിൽ കൃഷി വികസിച്ചു. കൃഷി വികസിച്ചതോടെ വ്യാപാരം അഭിവൃദ്ധിപ്പെട്ടു. ദേശീയവരുമാനം വർധിച്ചു. അങ്ങനെ മാസങ്ങളായി ബന്ധനസ്ഥനായിരുന്ന ഗളിവർ മോചിതനായി. യഥാർഥത്തിൽ ഗളിവർക്കു ലില്ലിപ്പുട്ടു വിടാമായിരുന്നു. കാരണം കാൽച്ചങ്ങലയില്ല. പക്ഷേ, താൻ മോചിതനാണെന്നു ഗളിവർക്കു തോന്നിയില്ല. അദൃശ്യമായ ഒരു ചങ്ങല ആ കാലുകളെ ബന്ധിച്ചിരുന്നു. ഏറെക്കാലത്തെ ബന്ധനത്തിന്റെ ഫലം. നാടുവിട്ടു പോവാൻ വിചാരിച്ചാൽത്തന്നെ എങ്ങനെ അതിനു കഴിയും? അതിനു കപ്പലെവിടെ. എവിടെ നിന്നെങ്കിലും ഒരു കപ്പൽ വരുമെന്നു കരുതി ലില്ലിപ്പുട്ടുവിട്ടാൽ തന്നെ എവിടെ നിന്നു ആഹാരം കഴിക്കും. എവിടെ കിടന്നുറങ്ങും ഇവിടെ ഇപ്പോൾ ആഹാരമുണ്ട്.

നല്ല പരിചരണം, നല്ലവരായ മനുഷ്യരുടെ ആരാധന, സ്നേഹം, സംരക്ഷണം.

പക്ഷേ, ഗളിവറുടെ ലില്ലിപ്പുട്ടിലെ സഞ്ചാരം ഒട്ടേറെ പ്രശ്നങ്ങൾ സൃഷ്ടിച്ചു. പല സ്ഥലങ്ങളിലൂടെയും നടക്കുമ്പോൾ മരങ്ങളിൽ ചവിട്ടിപ്പോയി ഗളിവർ. ഒരു കുമിളിനോളം വലുപ്പം വരുന്ന മരങ്ങൾ ഗളിവറുടെ കാലടിയിൽപ്പെട്ട് ഞെരിഞ്ഞുപോയി. വലിയ പരിസ്ഥിതി പ്രശ്നമായിരുന്നു ഗളിവർ സൃഷ്ടിച്ചത്. കാലെടുത്തുവെക്കുമ്പോൾ പല വീടുകൾക്കും കേടുപാടുകൾ സംഭവിച്ചു. ചില കൃഷിയിടങ്ങൾ നശിച്ചു. കർഷകർ പ്രശ്നമുണ്ടാക്കി. മരങ്ങൾ തകർന്നപ്പോൾ പരിസ്ഥിതിവാദികൾ ഒച്ചവെച്ചു. ഗളിവറുടെ മലമൂത്രവിസർജനം സൃഷ്ടിച്ച പ്രശ്നങ്ങൾ വളരെ വലുതായിരുന്നു. ലില്ലിപ്പുട്ടിലെ പുഴകളും കിണറുകളും എല്ലാം തന്നെ മലിനമായി.

എങ്കിലും ഇത്തരം പ്രശ്നങ്ങൾ ഗളിവർ ബോധപൂർവം സൃഷ്ടിക്കുന്നതല്ലെന്ന് ജനങ്ങൾക്ക് മനസിലായി. പാവം പർവത മനുഷ്യൻ. 'ഒരു വലിയ ശരീരമുള്ളതിന്റെ ഫലമല്ലേ ഇതെല്ലാം' എന്നവർ പറഞ്ഞുകൊണ്ടിരുന്നു. ഗളിവറുടെ കുളി ബഹുരസമായിരുന്നു, ലില്ലിപ്പുട്ടുകാർക്ക്. കടലിലാണ് ഗളിവറുടെ കുളി. ഗളിവർ കടലിൽ കുളിക്കുമ്പോൾ ലില്ലിപ്പുട്ടിലെ സൈന്യം തങ്ങളുടെ അമ്പും വില്ലുമായി കരയ്ക്കൽ നിൽക്കും. പക്ഷേ, സൈനികർക്ക് അതുകൊണ്ടുമാത്രം വിശ്വാസം വന്നില്ല. ഗളിവർ കടലിൽ നീന്തി രക്ഷപ്പെട്ടാലോ. അവർ ഗളിവറുടെ വസ്ത്രമെല്ലാം ഉരിഞ്ഞെടുത്ത് കരയ്ക്കുവെക്കും. ഗളിവർ നഗ്നനായി വേണം കുളിക്കാൻ. ഗളിവറും വെച്ചു ഒരു നിർദേശം. താൻ കുളി കഴിഞ്ഞുവരുമ്പോൾ എല്ലാവരും കണ്ണടയ്ക്കണം. ജനം അത് സമ്മതിച്ചു. ഗളിവർ വെള്ളത്തിൽ നീന്തുന്നതു കണ്ട് ജനം ആർത്തലച്ചു. ഗളിവർ തമാശയ്ക്കുവേണ്ടി വെള്ളം കൈയിലെടുത്ത് കരയിലേക്കെറിഞ്ഞു. ജനം പരിഭ്രാന്തരായി ഓടാൻ തുടങ്ങി. രണ്ടു കൈവെള്ളയിലും വെള്ളമെടുത്ത് എറിഞ്ഞപ്പോൾ ജനം അലറിവിളിച്ചു. ഗളിവർ തമാശനിർത്തി. അങ്ങനെ തമാശകളും പൊട്ടിച്ചിരികളും നിറഞ്ഞ ദിവസങ്ങൾ വീണ്ടും കടന്നുപോയി. ഇപ്പോൾ, ലില്ലിപ്പുട്ടിന്റെ അവിഭാജ്യഭാഗമായി മാറിയിരിക്കണം, ഗളിവർ. ഗളിവറില്ലാത്ത ലില്ലിപ്പുട്ടിനെക്കുറിച്ച് ജനങ്ങൾക്കും

രാജാവിനും ചിന്തിക്കാൻ വയ്യാതായിരിക്കുന്നു. രാജാവിനിപ്പോൾ അന്യരാജ്യങ്ങളെ ഭയമില്ല. ഒന്നിനെയും ഭയമില്ല. ഈ ലോകത്തിലേക്കും വെച്ച് ഏറ്റവും വലിയ ശക്തൻ തങ്ങളുടെ നാടിന്റേതായി മാറിയിരിക്കുന്നു. എന്നും പ്രഭാതത്തിൽ ഗളിവർ നടക്കാനിറങ്ങും. ഗളിവറെ കണ്ടിട്ടും കണ്ടിട്ടും മതിയാവാത്ത ജനങ്ങൾ വിടർന്നമിഴികളോടെ വീടിന്റെ ടെറസിൽനിന്ന് ആ കാഴ്ച കാണും. ഒരു ദിവസം ഗളിവർ നടക്കുമ്പോൾ രാജ്ഞി ഗളിവർക്കു നേരെ കൈനീട്ടി. ഗളിവർ ആ കൈവെള്ളയിൽ ചുംബിച്ചു. ലില്ലിപ്പുട്ട് എന്ന രാജ്യത്തിനു ലഭിച്ച വീരമുദ്രയായി അവിടത്തെ പത്രങ്ങൾ അതിനെ വിശേഷിപ്പിച്ചു. രാജാവ് അഭിമാനിതനായി. അതുപോലൊരു മുത്തം ലഭിക്കാൻ വേണ്ടി മറ്റു സ്ത്രീകളും കൊതിച്ചു. ഗളിവർ നടക്കുന്ന നഗരവീഥികളിൽ ജനം പൂക്കൾ വിതറി. ഗളിവർ വിവാഹിതനാണോ? ആണെങ്കിൽ ആ സ്ത്രീക്കും ഇത്ര വലുപ്പമുണ്ടാവില്ലേ, ഇങ്ങനെയോരോന്നു ചോദിച്ച് ലില്ലിപ്പുട്ടിലെ സ്ത്രീകൾ ഭർത്താക്കന്മാരെ അസ്വസ്ഥരാക്കും. "ഈ പെണ്ണിന് എന്തെല്ലാമറിയണം" ഒരാളുടെ ആത്മഗതം ഇതായിരുന്നു. ലില്ലിപ്പുട്ടിൽ ഉയരംകൂടിയ ഒരാളുണ്ടായിരുന്നു. അയാളെ ലില്ലിപ്പുട്ടുകാർ ആരാധനയോടെയാണ് വീക്ഷിച്ചിരുന്നത്. അയാൾ 9 ഇഞ്ചോളം ഉയരം വരും. ഗളിവർ വന്നതോടെ അയാൾ വീടിനു പുറത്തിറങ്ങിയിരുന്നില്ലത്രേ. ഗളിവറുടെ പേര് ലില്ലിപ്പുട്ടിലെ ജനങ്ങളെല്ലാം ഉച്ചരിക്കാൻ തുടങ്ങിയിരിക്കുന്നു. ഗളിവറെ മോചിപ്പിക്കുന്നതിന് ഏറെ സഹായം നൽകിയ ഒരാളുണ്ടായിരുന്നു, ലില്ലിപ്പുട്ടിൽ. അയാളുടെ പേര് റെൽഡ്രസൽ എന്നായിരുന്നു. ഗളിവർ അയാളുമായി പലപ്പോഴും കൂടിക്കാഴ്ച നടത്തിയിരുന്നു. ഗളിവറും ലില്ലിപ്പുട്ടുകാരും തമ്മിൽ നടക്കുന്ന കൂടിക്കാഴ്ച വളരെ രസകരമായിരുന്നു. ഗളിവർ നിലത്ത് കമിഴ്ന്നു കിടക്കും. ലില്ലിപ്പുട്ടിലെ സന്ദർശകർ ഗളിവർക്കു മുമ്പിൽ ഇരിക്കും. ചിലപ്പോൾ സംഭാഷണത്തിനിടയിൽ ഗളിവർ തുമ്മുകയോ ചുമയ്ക്കുകയോ ചെയ്താൽ സന്ദർശകർ ഞെട്ടിപ്പോവും. ഗളിവർ ദേഷ്യംകൊണ്ട് ഗർജിക്കുകയാണെന്നാണ് അവർ കരുതുക. ക്രമേണ അവർക്കു മനസിലായി തങ്ങളെപ്പോലെ തന്നെ ചുമയ്ക്കുകയും തുമ്മുകയും ചെയ്യുന്ന മനുഷ്യനാണ് ഗളിവർ എന്ന്,

അങ്ങനെയിരിക്കെ റെൽഡ്രസൽ ആണ് ആ രഹസ്യം പറ

ഞ്ഞത്.

"ഗളിവർ ലില്ലിപ്പുട്ടിന്റെ യഥാർഥ ചിത്രം നിങ്ങൾ കാണുമ്പോലെയല്ല. ഗ്രൂപ്പിസമാണിവിടെ. രണ്ടു പ്രധാന ഗ്രൂപ്പുകളാണ് ലില്ലിപ്പുട്ടിലുള്ളത്." "ഈ ചെറിയ രാജ്യത്തും ഗ്രൂപ്പ്." ഗളിവർ അത്ഭുതത്തോടെ ചോദിച്ചു. 'അതെ' റെൽഡ്രസൽ കാര്യങ്ങൾ വിശദീകരിച്ചു. ഉയർന്ന ഷൂസുകൾ ധരിച്ചവരാണ് ഉയർന്ന ജാതിക്കാർ. അതായത് ഉത്തമർണർ. ഉയരംകുറഞ്ഞ ചെരിപ്പുധരിച്ചവർ, അധമർണർ. 'ഇവിടെയും വർണവ്യവസ്ഥയോ.' ഗളിവറുടെ അത്ഭുതം വർധിച്ചു. റെൽഡ്രസൽ പറഞ്ഞു, "അതെ പക്ഷേ രാജാവ് അധമർണരുടെ ഭാഗത്താണ്. പക്ഷേ, രാജാവിന്റെ മകൻ, ഉപരിവർഗത്തെയാണ് പിന്തുണയ്ക്കുന്നത്." ഈ വിവരമറിഞ്ഞ ഗളിവർ ഓർത്തു. രാജാവ് ഉയരംകുറഞ്ഞ ചെരിപ്പായിരുന്നു ധരിച്ചിരുന്നത്. രാജകുമാരൻ ഉയർന്നതും. 'പക്ഷേ ഒരു വസ്തുതയുണ്ട്. ജനനത്താൽ നിർണയിക്കപ്പെടുന്ന ജാതിയല്ല ഇതെന്നു മനസിലായല്ലോ. രണ്ട് രാഷ്ട്രീയഗ്രൂപ്പുകളാണിത്.' ഈ രണ്ടു ഗ്രൂപ്പുകൾ തമ്മിൽ പലപ്പോഴും ലില്ലിപ്പുട്ടിൽ കലാപമുണ്ടാവാറുണ്ട്. ലില്ലിപ്പുട്ടിന്റെ ആഭ്യന്തരപ്രശ്നങ്ങളിൽ ഗളിവർക്കു തീരെ താൽപ്പര്യമുണ്ടായിരുന്നില്ല. ഈ മൂട്ടപോലുള്ള മനുഷ്യർക്കിടയിലും ഗ്രൂപ്പിസമുണ്ടെന്നോർത്ത് ഗളിവർക്കു ചിരിവന്നു. ലില്ലിപ്പുട്ടിലെ ആഭ്യന്തരപ്രശ്നങ്ങളിൽ ചില വിദേശശക്തികൾ ഇടപെടാറുണ്ടത്രേ. അയൽരാജ്യങ്ങളുമായി നടക്കുന്ന യുദ്ധങ്ങളിൽ ഗ്രൂപ്പിസത്തിന് അതിന്റേതായ റോളുണ്ട്. ഉപരിവർഗക്കാർ അതായത് രാജാവിന്റെ മകൻ വിദേശശക്തികളെ സഹായിക്കുന്ന സമീപനമാണ് സ്വീകരിച്ചിരുന്നത്. അതുകേട്ടു ഗളിവർക്കു ആശ്ചര്യം തോന്നി, വിദേശശക്തികളെ തുണയ്ക്കുകയോ? അതും സ്വന്തം പിതാവിനെതിരെ. അതിലൊന്നും അത്ഭുതപ്പെടാനില്ല എന്ന് റെൽഡ്രസൽ പറഞ്ഞു. രാജകുമാരനെ വിദേശരാജ്യങ്ങൾ ഏറെ പ്രശംസിക്കും, ആ പ്രശംസയിൽ മന്ദബുദ്ധിയായ രാജകുമാരൻ വീഴും. ആ പ്രശംസയെല്ലാം രാജ്യത്തെ ശിഥിലമാക്കാനാണെന്ന് രാജകുമാരനറിയില്ല.

ലില്ലിപ്പുട്ടിന്റെ തൊട്ടടുത്തുകിടക്കുന്ന രാജ്യമാണ് ബ്ലഫസ്ക്. പുതിയ മാറ്റങ്ങളെ എതിർക്കുന്നവരായിരുന്നു ഉപരിവർഗക്കാർ. അവർ സാധാരണക്കാരുടെ ഗ്രൂപ്പുമായി ഏറ്റുമുട്ടി പരാജയപ്പെ

ട്ടു. പരാജയപ്പെട്ടവർ, ബ്ലഫസ്ക് എന്ന രാജ്യത്ത് അഭയം തേടി. ബ്ലഫസ്ക് സൈന്യത്തെ അവർ സഹായിച്ചു. ലില്ലിപ്പുട്ടിന്റെ സൈനികവും സാമ്പത്തികവുമായ രഹസ്യങ്ങൾ അവർ വിദേശികർക്ക് ചോർത്തിക്കൊടുത്തു. വാർത്താമാധ്യമങ്ങൾക്ക് അവർ ലില്ലിപ്പുട്ടിലെ രഹസ്യങ്ങളെല്ലാം ചോർത്തിക്കൊടുത്തു. അങ്ങനെ ബ്ലഫസ്കിലെ സൈന്യം ലില്ലിപ്പുട്ടിനെതിരെ ആക്രമണം നടത്തി. കപ്പലുകളും മറ്റു വാഹനങ്ങളും അവർ പിടിച്ചടക്കി. ലില്ലിപ്പുട്ടുകാർക്ക് ഇപ്പോൾ ബ്ലഫസ്കുകാരെ ഭയമില്ല. ഗളിവർ ഉണ്ടല്ലോ. ലില്ലിപ്പുട്ടുകാർ യുദ്ധമൊന്നും ചെയ്യേണ്ടതില്ല. ഗളിവറുടെ കാലു മാത്രം മതി ബ്ലഫസ്ക് തവിടുപൊടിയാക്കാൻ. പക്ഷേ, ഒരു സംശയം ലില്ലിപ്പുട്ടുകാർക്കുണ്ടായിരുന്നു. ഗളിവർ ഏതെങ്കിലും ഒരു ഗ്രൂപ്പിനെ സഹായിക്കുമോ? അത് വലിയ വിപത്തുകൾ സൃഷ്ടിക്കും. എന്നാൽ ഗളിവർക്ക് അതിലൊന്നും താൽപ്പര്യമുണ്ടായിരുന്നില്ല. "നിങ്ങളുടെ ഗ്രൂപ്പുവഴക്കിലും മറ്റും എനിക്കു തീരെ താൽപ്പര്യമില്ല. മാത്രമല്ല, ഒരു രാജ്യത്തിന്റെ ആഭ്യന്തര കാര്യങ്ങളിൽ മറ്റൊരു രാജ്യക്കാരൻ ഇടപെടുന്നതും ശരിയാണെന്ന് ഞാൻ കരുതുന്നില്ല. എന്നാൽ അന്യരാജ്യങ്ങൾ നിങ്ങളെ ആക്രമിക്കുകയാണെങ്കിൽ നിങ്ങളുടെ രക്ഷയ്ക്ക് ഞാനുണ്ടാവും. എന്നെ സ്വതന്ത്രനാക്കുമ്പോൾ രാജാവ് വെച്ച വ്യവസ്ഥയാണത്. മാത്രമല്ല, നിങ്ങൾ എനിക്കു നൽകിയ സ്നേഹവായ്പിന് അങ്ങനെയെങ്കിലും പ്രത്യുപകാരം ചെയ്യേണ്ടതല്ലേ."

ഗളിവറുടെ ഈ വാക്കുകൾ ലില്ലിപ്പുട്ടുകാർക്ക് ആശ്വാസം പകർന്നു. യഥാർഥത്തിൽ ഗളിവറുടെ ജീവൻ രക്ഷിച്ചത് ഈ ലില്ലിപ്പുട്ടിലെ ചെറിയ മനുഷ്യരാണ്. തന്നെപ്പോലുള്ള വലിയമനുഷ്യരുടെ ഒരു ദ്വീപിലാണ് എത്തിപ്പെട്ടിരുന്നതെങ്കിൽ എന്താകുമായിരുന്നു സ്ഥിതി. തന്നെ ജയിലിലിടയ്ക്കുമായിരുന്നു. ഒരിക്കലും മോചിപ്പിക്കുമായിരുന്നില്ല. രാജ്യദ്രോഹക്കുറ്റത്തിന് അവർ ഒരുപക്ഷേ, വധിക്കുകയും ചെയ്യുമായിരുന്നു. തുടർന്ന് വിദേശശക്തികളുടെ കപ്പലുകൾ പിടിച്ചടക്കാനുള്ള പദ്ധതി ഗളിവർ ആസൂത്രണം ചെയ്തു. തീപ്പെട്ടിക്കൂടുപോലുള്ള അവരുടെ കപ്പലുകൾ വാരിക്കോരിക്കൊണ്ടുവരാൻ എന്തു പ്രയാസമാണുള്ളത്. അങ്ങനെ ചെയ്താൽ അത് ലില്ലിപ്പുട്ടിനോട് ചെയ്യുന്ന ഏറ്റവും വലിയ ആദരവായിരിക്കും. അങ്ങനെ അന്യ രാജ്യങ്ങളെ നിരാ

യുധീകരിച്ചാൽ ഒരിക്കലും ലില്ലിപ്പുട്ടിന് വിദേശാക്രമണ ഭീതി ഉണ്ടാവില്ല. തന്റെ അഭിലാഷം, ഗളിവർ രാജാവിനെ അറിയിച്ചു. രാജാവിന് ഇതുകേട്ടപ്പോഴുണ്ടായ സന്തോഷം പറഞ്ഞറിയിക്കാനാവുന്നതായിരുന്നില്ല.

അങ്ങനെ ഒരു സുപ്രഭാതത്തിൽ ഗളിവർ സൈന്യത്തോടൊപ്പം യാത്രയായി. കടൽക്കരയിൽനിന്ന് ഗളിവർ നോക്കി. ദൂരെ അതാ അമ്പതോളം വരുന്ന കപ്പലുകൾ നങ്കൂരമിട്ടിരിക്കുന്നു. ലില്ലിപ്പുട്ടിനെ ലക്ഷ്യമാക്കിയ കപ്പലുകളാണത്. അതിൽ ആയുധധാരികളായ നൂറുകണക്കിനു സൈനികരുണ്ട്. ഗളിവർ ഏതാനും ചരടുകളും ചൂണ്ടകളും തയാറാക്കി. ചൂണ്ടകൾ കെട്ടിയ ചരടുകൾകൊണ്ട് വേണം കപ്പലുകൾ പിടിച്ച് എടുക്കുക. ബ്ലഫസ്കിലെ സൈനികരും ജനങ്ങളും പർവതമനുഷ്യനെക്കണ്ട് ഭയന്നുവിറച്ചു. പലരും കടലിലേക്കെടുത്തുചാടി. ചിലർ നീന്തി രക്ഷപ്പെട്ടു. മറ്റുചിലർ വെള്ളം കുടിച്ചു മരിച്ചു. അവരുടെ കപ്പലുകളെല്ലാം ഗളിവർ കോർത്തുകെട്ടി ലില്ലിപ്പുട്ടിലേക്ക് നീന്തി. ബ്ലഫസ്കിലെ ജനങ്ങൾ ഈ വാർത്തയറിഞ്ഞ് കടൽക്കരയിലെത്തി. തങ്ങളുടെ നാശമടുത്തിരിക്കുന്നുവെന്നവർ കരുതി. ലില്ലിപ്പുട്ടിൽ ഇങ്ങനെയൊരു ജീവി എവിടെ നിന്നെത്തി. ഇതുപോലുള്ള മനു

ഷ്യർ ഇനിയും അവിടെ ഉണ്ടാവുമെന്നവർ കരുതി. ലില്ലിപ്പുട്ടുമായി ഇനി യുദ്ധം ചെയ്യുക അസാധ്യമാണ് എന്ന നിഗമനത്തിലാണ് അവിടത്തെ രാജാവ് എത്തിയത്.

ലില്ലിപ്പുട്ടിലെങ്ങും ഈ വാർത്ത പരന്നു. ജനം ഘോഷയാത്രയായി വന്ന് ഗളിവറെ ആദരിച്ചു. രാജാവ് ജനങ്ങളുടെ ഘോഷയാത്രയെ അഭിവാദ്യം ചെയ്ത് സംസാരിച്ചു. ആ വേദിയിൽ ഗളിവറും ക്ഷണിക്കപ്പെട്ടിരുന്നു. കടൽക്കരയിലെ പാറക്കെട്ടിൽ നിന്നാണ് ഗളിവർ പ്രസംഗിച്ചത്. ഗളിവറുടെ പ്രസംഗം കേട്ട് ജനം ഹർഷാരവം മുഴക്കി. എന്നാൽ അയൽരാജ്യങ്ങളോട് നിതാന്ത ശത്രുത വെച്ചുപുലർത്തരുതെന്ന് ഗളിവർ പറഞ്ഞു. ഇതിനെത്തുടർന്ന് ബ്ലഫസ്കിലെ രാജാവ് ലില്ലിപ്പുട്ടിലേക്ക് തങ്ങളുടെ അംബാസിഡർമാരെ അയച്ചു. സന്ധി സംഭാഷണത്തിനാണവർ വന്നത്. ഇനിയും ലില്ലിപ്പുട്ടുമായി യുദ്ധം ചെയ്താൽ തങ്ങളുടെ സർവവും നശിക്കുമെന്നവർക്കറിയാമായിരുന്നു. ലില്ലിപ്പുട്ടിലെ രാജാവും രാജപ്രതിനിധികളും ബ്ലഫസ്കിലെ അംബാസിഡറുമായി ഏറെനേരം ചർച്ചകൾ നടത്തി. ഈ സമയം ഗളിവറെ സന്ദർശിക്കാനും ബ്ലഫസ്കിലെ പ്രതിനിധികൾ സമയം കണ്ടെത്തിയിരുന്നു. ആ പർവത മനുഷ്യനെ കണ്ട് അവർ അമ്പരന്നു നിന്നു. ഗളിവറെ തങ്ങളുടെ രാജ്യത്തേക്ക് അവർ ക്ഷണിച്ചു. ഈ ക്ഷണം ഗളിവർ സ്വീകരിച്ചാൽ അപകടമാണെന്ന് ലില്ലിപ്പുട്ടു ജനത മനസിലാക്കി. ഗളിവർ ആ ക്ഷണം സ്വീകരിക്കുമോ? ജനം ശ്വാസമടക്കിപ്പിടിച്ചു നിന്നു. ഒരു നിമിഷത്തെ മൗനത്തിനുശേഷം ഗളിവർ പറഞ്ഞു. “വരാം” ലില്ലിപ്പുട്ടുജനങ്ങളുടെ മനസിൽ തീയാളി. രാജാവ് കോപം കൊണ്ടു വിറച്ചു. പക്ഷേ, വിറയ്ക്കുകയല്ലാതെ രാജാവ് എന്തു ചെയ്യാൻ. അദ്ദേഹം പറഞ്ഞു. “ഗളിവർക്കു പോവണമെങ്കിൽ പോവാം ഞാൻ എതിരുപറയുന്നില്ല.” രാജാവിതുപറയുമ്പോൾ ആകെ വിഷണ്ണനായിരുന്നു. ഗളിവർ പോയാൽ എന്താവും സ്ഥിതി. തന്റെ രാജ്യത്തെ അവർ തവിടുപൊടിയാക്കും. തന്നെയും രാജ്ഞിയെയും ബന്ധനസ്ഥരാക്കും. ലില്ലിപ്പുട്ട് ഒരു അടിമരാജ്യമായി അധഃപതിക്കും.

രാജാവിന്റെ പ്രയാസം ഗളിവർ വായിച്ചെടുത്തു. ഇല്ല. ഞാൻ പോവില്ല. ഒരു രാജ്യത്തെയും അവിടത്തെ ജനലക്ഷങ്ങളെയും അടിമയാക്കിയിട്ട് എനിക്കെന്തു കാര്യം. നല്ലവരാണ് ലില്ലിപ്പുട്ടിലെ

മനുഷ്യർ. അവർ ചെറിയമനുഷ്യരല്ല. വലിയമനുഷ്യരാണ്. അവരുടെ മനസിന്റെ വലുപ്പത്തിനു മുന്നിൽ ഇംഗ്ലീഷുകാർ വളരെ ചെറിയവരാണ്. ഒരുപക്ഷേ, തന്റെ കടൽയാത്രയുടെ സാക്ഷാൽക്കാരമായിരിക്കാം ഇത്. ഇതുപോലൊരു രാജ്യത്തെയും മനുഷ്യരെയും കാണാനുള്ള അപൂർവമായ അവസരവും, ഇവിടത്തെ അനുഭവങ്ങളും വലിയൊരു നേട്ടമല്ലേ. ഇതിലും വലിയനേട്ടം തനിക്ക് ലോകം മുഴുവൻ ചുറ്റി സഞ്ചരിച്ചാൽ ലഭിക്കുമോ. ഗളിവറുടെ മനസ്സ് ശാന്തമാവുകയാണ്. അങ്ങനെ ഓരോന്നു ചിന്തിച്ചു നിൽക്കുമ്പോഴാണ് ഗളിവർ ഒരു കൂട്ടനിലവിളി കേട്ടത്. രാജകൊട്ടാരത്തിൽ നിന്നായിരുന്നു അത്. പ്രാപ്പിടിയൻ റാഞ്ചാൻ വരുമ്പോൾ കോഴിക്കുഞ്ഞുങ്ങൾ നടത്തുന്ന കൂട്ടക്കരച്ചിൽ പോലെയാണ് ലില്ലിപ്പുട്ടുകാരുടെ നിലവിളി. രാജകൊട്ടാരത്തിനു തീപിടിച്ചിരിക്കുന്നു. രാത്രിയായിരുന്നു, സംഭവം. രാജ്ഞിയുടെ വേലക്കാരി വിളക്കു കത്തിക്കുമ്പോൾ പറ്റിയ അബദ്ധമാണത്രെ. കുട്ടൂസന്മാർ ഓടി വന്ന് ഗളിവറെക്കണ്ടു. ഉടനടി രാജകൊട്ടാരത്തിലെത്തണമെന്നായിരുന്നു അപേക്ഷ. ഗളിവർ പോയി. തീ ആളിക്കത്തുന്നുണ്ടായിരുന്നു. രാജ്ഞിയുടെയും രാജാവിന്റെയും വസ്ത്രങ്ങളും ഗ്രന്ഥങ്ങളും കത്തിനശിച്ചു. സേനാനായകരും മറ്റും തീയണയ്ക്കാൻ ശ്രമിക്കുകയാണ്. ചെറിയ സ്പൂണുകൾ പോലുള്ള പാത്രങ്ങളിൽ വെള്ളം കോരിയൊഴിക്കുന്നുണ്ട്. പക്ഷേ, വെള്ളം ഒഴിക്കും തോറും തീ ആളിക്കത്തുകയാണ്. അപ്പോഴാണ് ഗളിവർ അവിടെയെത്തുന്നത്. നല്ല തീയാണ്. ഗളിവർ ഒന്നൂതി. പക്ഷേ, രാജകൊട്ടാരത്തിന്റെ പലഭാഗത്തേക്കും തീ പടർന്നിരിക്കുന്നു. പല ഭാഗത്തെ തീയും ഗളിവർ ഊതിക്കെടുത്തി. അപ്പോൾ ഗളിവർക്ക് ഒരു പുതിയ ആശയമുദിച്ചു. അതൊരൽപ്പം കടന്ന കൈയായിപ്പോയെങ്കിലും രാജകൊട്ടാരത്തെ നാശത്തിൽ നിന്നും രക്ഷിച്ചത് ഗളിവറുടെ ബുദ്ധിയാണ്. എന്തായിരുന്നു, ആ ബുദ്ധി? മറ്റൊന്നുമല്ല ഗളിവർ രാജകൊട്ടാരത്തിലേക്ക് മൂത്രമൊഴിച്ചു. അണക്കെട്ട് തുറന്നുവിട്ടപോലെ മൂത്രമൊഴുകി. രാജകൊട്ടാരത്തിലെ തീയണഞ്ഞു. എവിടെനിന്നാണ് ഇത്രയും വെള്ളമൊഴുകുന്നതെന്ന് ലില്ലിപ്പുട്ടുകാർക്ക് മനസിലായില്ല. എന്നാൽ വീടിന്റെ ടെറസിൽ ചില സ്ത്രീകൾ നിൽപ്പുണ്ടായിരുന്നു. പുരുഷന്മാരെല്ലാം തീയണയ്ക്കാനുള്ള ബദ്ധപ്പാ

ടിലായിരുന്നല്ലോ. വീടിനു മുകളിലെ സ്ത്രീകളെ ഗളിവർ കണ്ടിരുന്നില്ല, തീയണഞ്ഞപ്പോഴാണ് അബദ്ധം മനസിലായത്. ഗളിവർ മൂത്രമൊഴിച്ചിട്ടാണ് രാജകൊട്ടാരത്തിലെ തീയണഞ്ഞതെന്ന സത്യം രാജ്ഞി അറിഞ്ഞു. രാജ്ഞിക്ക് അത് വലിയ അപമാനമായിത്തോന്നി. പവിത്രമായ രാജകൊട്ടാരത്തിനുമേലാണ് ഗളിവർ മൂത്രമൊഴിച്ചത്. അത് ഗളിവർ മനഃപൂർവം ചെയ്തതാണെന്ന് അവർ കരുതി. പൂജാമുറിയും കിടപ്പുമുറിയും ആടയാഭരണങ്ങളുമെല്ലാം നനഞ്ഞ് കുതിർന്നിരിക്കുന്നു. അതുമാത്രമല്ല പ്രശ്നം. ഗളിവർ കടലിൽ നിന്നു മുക്കി ഒഴിക്കുകയാണെന്നാണ് പലരും കരുതിയത്. അതിനുകാരണമുണ്ടായിരുന്നു. രാജകൊട്ടാരത്തിനകത്ത് വെള്ളം നിറഞ്ഞ് കവിഞ്ഞിരുന്നു. അതിൽ ചില കുട്ടുസന്മാർ വീണുപോയിരുന്നു. അതിന്റെ ഉപ്പുരസമറിഞ്ഞ് അത് കടൽ വെള്ളമാണ് എന്നവർ വിശ്വസിച്ചിരുന്നു. ഗളിവർ തങ്ങളുടെ രാജ്യത്തെ അപമാനിക്കാൻ വേണ്ടി ചെയ്തതാണിതെന്ന് രാജ്യത്ത് ഒരഭിപ്രായം പരന്നു. പല സ്ഥലത്തും പ്രകടനങ്ങൾ നടന്നു. രാജകൊട്ടാരത്തിൽ മൂത്രമൊഴിച്ച ഗളിവറെ ജയിലിലടയ്ക്കണമെന്ന് അഭിപ്രായം ഉയർന്നു. രാജകൊട്ടാരത്തിൽ വീണ വൈദേശിക മൂത്രമായിരുന്നു നാട്ടിലെ ചർച്ചാവിഷയം. രാജാവ് ആകെ അസ്വസ്ഥനായി. രാജപദവി ഉപേക്ഷിച്ചാലോ എന്നുപോലും അയാൾ ചിന്തിച്ചു. ഇതിലും വലിയ നാണക്കേടെന്തുണ്ട്. ചരിത്രകാരന്മാർ തന്റെ രാജവംശചരിത്രത്തെ എങ്ങനെ രേഖപ്പെടുത്തും? പക്ഷേ, ഗളിവർ ബോധപൂർവം ചെയ്തതല്ലെന്നും രാജകൊട്ടാരത്തിലെ തീയണയ്ക്കുകയെന്ന സദുദ്ദേശ്യമേ അയാൾക്കുണ്ടായിരുന്നുള്ളുവെന്നും രാജാവിനറിയാമായിരുന്നു. പക്ഷേ എന്തുചെയ്യും. രാജ്ഞി വിടുന്നമട്ടില്ല. ഇനി ജീവിതത്തിൽ ഈ കൊട്ടാരത്തിൽ താമസിക്കില്ലെന്നാണവർ പറയുന്നത്. മൂത്രത്തിന്റെ ഗന്ധം ചുറ്റുപാടുമുയർന്നു. രാജകൊട്ടാരത്തിൽ നിന്നുയർന്ന ദുർഗന്ധമാണ് പ്രശ്നമായത്. രാജക്ഷേത്രത്തിനകത്തേക്കും അത് പടർന്നിരുന്നു. ക്ഷേത്രത്തിലെ പൂജാരി ബോധംകെട്ടുവീണു. ദേവവിഗ്രഹത്തെ അശുദ്ധമാക്കിയ ഗളിവറുടെ നടപടിയിൽ ഭക്തജനങ്ങൾ പ്രതിഷേധിച്ചു. ഗളിവർ ഒരസുരനാണെന്നവർ വിളിച്ചുപറഞ്ഞു. ഇതെല്ലാം ഗളിവറുടെ മനസിനെ അസ്വസ്ഥമാക്കി. പക്ഷേ എന്തുചെയ്യും. നല്ല ഉദ്ദേശ്യത്തോടുകൂടി

ചെയ്തതല്ലേ. മാത്രമല്ല, നാട്ടിൽ പടർന്നു പിടിക്കുമായിരുന്ന തീ അണയ്ക്കുകയല്ലേ താൻ ചെയ്തത്. ഇക്കാര്യം ലില്ലിപ്പുട്ടുകാർക്കിടയിലും ചർച്ചാവിഷയമായിരുന്നു. ലില്ലിപ്പുട്ടിലെ ജനങ്ങളിൽ ഭൂരിഭാഗവും ഗളിവറുടെ നടപടിയെ അംഗീകരിച്ചു. ഇതിനകം ദൈവമായിക്കഴിഞ്ഞ ഗളിവറുടെ മൂത്രം ചിലഭക്തർ ദിവ്യജലമായി ശേഖരിച്ചു. സന്താനങ്ങളുണ്ടാവാത്ത സ്ത്രീകൾ ഈ ദിവ്യജലം കുടിച്ചാൽ പുത്രലബ്ധിയുണ്ടാവുമെന്ന് ചില ജ്യോതിഷികൾ അഭിപ്രായപ്പെട്ടു. തനിക്കു ലില്ലിപ്പുട്ടിലെ ജനങ്ങളിൽ നിന്നു ലഭിച്ച സ്നേഹാദരങ്ങൾ നഷ്ടപ്പെടുകയാണോ? നല്ല ഉദ്ദേശ്യത്തോടെ ചെയ്യുന്ന കാര്യങ്ങളെല്ലാം തിരിച്ചടിയായി വരുന്നതെന്തുകൊണ്ടാണീശ്വരാ! ഗളിവറുടെ മനസിൽ അസ്വസ്ഥത പടർന്നുകൊണ്ടിരുന്നു. എങ്കിലും എന്നെങ്കിലും തന്റെ നിരപരാധിത്വം തിരിച്ചറിയപ്പെടുമെന്ന് ഗളിവർ കരുതി. അല്ലെങ്കിലും വിദൂരമായ ഒരു ഏകാന്തദ്വീപിൽ അകപ്പെട്ട ഒരാൾക്ക് പ്രതീക്ഷയല്ലാതെ മറ്റെന്താണുള്ളത്.

4

ലില്ലിപ്പുട്ടിനോട് ലാൽസലാം

സംഭവബഹുലമായിരുന്നു ഗളിവർക്ക് ലില്ലിപ്പുട്ടിലെ ജീവിതം. ഭൂമിയിൽ ഇതുവരെ കണ്ടിട്ടില്ലാത്ത അത്ഭുതങ്ങൾക്ക് ഗളിവർ സാക്ഷ്യം വഹിച്ചു. ലില്ലിപ്പുട്ടിലെ കൊച്ചുമനുഷ്യരുടെ മതവിശ്വാസങ്ങളും ആരാധനാരീതികളുമാണ് ഗളിവറെ ഏറെ ആകർഷിച്ചത്. മരണാനന്തരജീവിതത്തിൽ വിശ്വാസമുള്ളവരായിരുന്നു അവർ. മരിച്ചവർ സ്വർഗത്തിലെത്തുമെന്നായിരുന്നു അവരുടെ വിശ്വാസം. അവർ നരകത്തിൽ വിശ്വസിച്ചിരുന്നില്ല. പുണ്യപാപസങ്കൽപ്പം അവർക്കുണ്ടായിരുന്നില്ല. അവർ പാപകർമങ്ങൾ ചെയ്യുന്നവരായിരുന്നില്ല. പുണ്യകർമങ്ങളും ചെയ്യുന്നവരായിരുന്നില്ല. പക്ഷേ, അവർ നല്ലകാര്യങ്ങൾ ചെയ്യുന്നവരായിരുന്നു. അതൊരു 'പുണ്യ'മാണെന്ന് അവർക്കു സങ്കൽപ്പമുണ്ടായിരുന്നില്ല. മരിച്ചാൽ എല്ലാവരും സ്വർഗത്തിലെത്തും. അവിടെ അതിമനോഹരങ്ങളായ ആരാമങ്ങളും നദികളും സരസുകളുമുണ്ടാവും. അവിടെ ലഭിക്കുന്ന ജീവിതം ലില്ലിപ്പുട്ടിലെ ജീവിതംപോലെതന്നെ സുന്ദരമായിരിക്കും. ലില്ലിപ്പുട്ടുകാർക്ക് വലിയ മനുഷ്യരാവാൻ ആഗ്രഹമുണ്ടായിരുന്നില്ല. ഗളിവറെ കണ്ടശേഷം വലിയ മനുഷ്യരുടെ ജീവിതം ദുരിതപൂർണമായിരിക്കുമെന്ന് ലില്ലിപ്പുട്ടുകാർ പൊതുവിൽ ചിന്തിക്കാൻതുടങ്ങി. മൃതദേഹം തലകുത്തി നിർത്തിയാണവർ സംസ്കരിച്ചിരുന്നത്. ഈ ആചാരത്തിന് കാരണമായി മറ്റൊരു വിശ്വാസവും അവർക്കിടയിൽ നി

ലനിന്നിരുന്നു. സംവത്സരങ്ങൾ കഴിഞ്ഞാൽ ഭൂമി തലകീഴായി മറിയും. അപ്പോൾ സുഖമായി ജീവിക്കാൻവേണ്ടിയാണത്രേ തല കീഴായി നിർത്തി ശരീരം കുഴിയിൽ മൂടുന്നത്.

ലില്ലിപ്പുട്ടുകാരെ സംബന്ധിച്ചിടത്തോളം രാജ്യമാണ് വലുത്. രാജ്യത്തിനെതിരായി ഒരു പ്രവൃത്തിയെയും അവർ പൊറുപ്പിച്ചിരുന്നില്ല. രാജ്യദ്രോഹക്കുറ്റം ചെയ്തവർക്ക് മരണശിക്ഷ ഉറപ്പായിരുന്നു.

എന്നാൽ ഒരു നിരപരാധിയും ശിക്ഷിക്കപ്പെടാൻ പാടില്ല എന്ന കാര്യത്തിൽ അവർക്ക് നിർബന്ധമുണ്ടായിരുന്നു. പ്രതികളെ കോടതികളിൽ ന്യായമായ രീതിയിൽ വിചാരണ ചെയ്തിരുന്നു. തങ്ങൾ നിരപരാധികളാണെങ്കിൽ അതു തെളിയിക്കാൻ അവർക്ക് അവസരമുണ്ടായിരുന്നു. കുറ്റകൃത്യങ്ങൾ അവർക്കിടയിൽ കുറവായിരുന്നു. കുറ്റകൃത്യങ്ങൾ ചെയ്യുന്നവർക്ക് കനത്ത ശിക്ഷ നൽകിയിരുന്നു. വളരെ ചെറിയ മനുഷ്യരായതിനാൽ കുറ്റവാസന അവർക്കു കുറവായിരുന്നു. നല്ല കാര്യങ്ങൾ ചെയ്യാൻവേണ്ടി ഭരണകൂടം അവിടത്തെ ജനങ്ങളെ പ്രോത്സാഹിപ്പിച്ചിരുന്നു. മനുഷ്യരെല്ലാവരും സമന്മാരാണെന്നും ആരും ആരുടെയും സ്വത്ത് അപഹരിക്കാൻ പാടില്ലെന്നും സർക്കാർ ജനങ്ങളെ കൂടെക്കൂടെ ഉപദേശിച്ചിരുന്നു. കള്ളവും ചതിയും എള്ളോളമില്ലാത്ത സമൂഹത്തെയാണ് ലില്ലിപ്പുട്ടിലെ സർക്കാർ ആദർശസമൂഹമായി കണ്ടത്.

വളരെ വിചിത്രമായിരുന്നു, ലില്ലിപ്പുട്ടുകാരുടെ കുടുംബജീവിതം. കുടുംബജീവിതത്തിന് കാര്യമായ പരിഗണന അവർ നൽകിയിരുന്നില്ല. കുട്ടികളുടെ വിദ്യാഭ്യാസവും മറ്റും സർക്കാരാണ് ഏറ്റെടുത്തിരുന്നത്. അത് സർക്കാരിന്റെ ഉത്തരവാദിത്വമാണ്. അവരെ കാണുന്നതിനും കളിപ്പിക്കുന്നതിനും രക്ഷിതാക്കൾക്കു നിയന്ത്രണം ഏർപ്പെടുത്തിയിരുന്നു. അതുകൊണ്ടുതന്നെ പവിത്രമായ കുടുംബം എന്ന സങ്കൽപ്പം അവർക്കിടയിലുണ്ടായിരുന്നില്ല. കുട്ടികൾക്ക് തൊഴിൽപരിശീലനം നൽകിയിരുന്നു. അവർക്ക് അവരുടെ അഭിരുചിക്കനുസരിച്ച തൊഴിലാണ് സർക്കാർ പ്രോത്സാഹിപ്പിച്ചിരുന്നത്. കുട്ടികൾ സർക്കാരിനോട് കടപ്പാടുള്ളവരായിരുന്നു. രാഷ്ട്രത്തിനുവേണ്ടി ആത്മസമർപ്പണം ചെയ്യാൻ അവർ തയാറായിരുന്നു.

ലില്ലിപ്പുട്ടുകാർക്കിടയിൽ പ്രണയം വളരെ അപൂർവമായിരു

ന്നു. കുട്ടിക്കാലത്തുതന്നെ കർശനമായ വ്യായാമവും കായികാഭ്യാസങ്ങളും അവർ സ്വായത്തമാക്കിയിരുന്നു. കൊച്ചുമനുഷ്യരായിരുന്നെങ്കിലും കായികമായ കരുത്തും നിയന്ത്രണവുമുള്ളവരായിരുന്നു അവർ. കായികമത്സരങ്ങൾക്ക് അവർ വലിയ പ്രാധാന്യം നൽകിയിരുന്നു. കായികമത്സരങ്ങളിൽ വിജയികളാകുന്നവർക്ക് ഉയർന്ന ഉദ്യോഗങ്ങൾ നൽകിയിരുന്നു. തത്വശാസ്ത്രത്തിനും കവിതയ്ക്കും അവരുടെ വിദ്യാഭ്യാസത്തിൽ വലിയ പ്രാധാന്യം ഉണ്ടായിരുന്നില്ല. ഇതെല്ലാം കണ്ട് ഗളിവർക്കു ചിരി വന്നു.

ഗളിവർ ലില്ലിപ്പുട്ടിൽ വന്നിട്ട് നാളുകളേറെയായി. ആയിരക്കണക്കിനു ജനങ്ങൾ ഗളിവറെ നിത്യവും സന്ദർശിക്കുകയാണ്. വന്നവർതന്നെ വീണ്ടും വീണ്ടും വരുന്നു. അദ്ദേഹത്തിന്റെ ജീവിതത്തിന് യാതൊരു കുറവും ഉണ്ടാക്കരുതെന്ന് രാജാവ് പ്രത്യേകം നിഷ്കർഷിച്ചിരുന്നു. നല്ല വസ്ത്രങ്ങൾ, നല്ല ആഹാരം, നല്ല പാർപ്പിട സൗകര്യം—എല്ലാംതന്നെ രാജാവ് ഏർപ്പെടുത്തിക്കൊടുത്തു. ഇരുന്നൂറ് തയ്യൽക്കാർ ആണ് ഗളിവർക്ക് വസ്ത്രം തുന്നിയത്. ഏണിവച്ച് കയറിയാണ് അവർ ഗളിവർക്ക് കുപ്പായത്തിനുവേണ്ടി അളവെടുത്തത്. പടുകൂറ്റൻ ടവറിൽ കയറുന്നതുപോലെ അവർ അളവെടുത്തു. 'ടവറിൽ' കയറുന്നവർക്ക് ഇൻഷുറൻസ് ഏർപ്പെടുത്തിയിരുന്നു.

ആയിരക്കണക്കിന് ആളുകൾ ചേർന്നാണ് ഗളിവർക്ക് ആഹാരം തയാറാക്കിയിരുന്നത്. കാട്ടിൽനിന്നും വിറകുകൾ ശേഖരിക്കാനും വെള്ളം കോരാനും തലച്ചുമടായി ഭക്ഷ്യവസ്തുക്കൾ കൊണ്ടുവരാനുംവേണ്ടി ഒട്ടേറെപ്പേർ നിയോഗിക്കപ്പെട്ടു. ഒരിക്കൽ ഗളിവർ രാജാവിനൊപ്പമിരുന്ന് ആഹാരം കഴിക്കുകയുണ്ടായി. ഗളിവറെ ഇങ്ങനെ തീറ്റിപ്പോറ്റുന്നതിന് വലിയൊരു തുക ലില്ലിപ്പുട്ടുകാർക്ക് വഹിക്കേണ്ടിവന്നു. ആയിരക്കണക്കിന് ജോലിക്കാർക്ക് ശമ്പളം കൊടുക്കണം. വാട്ടർ സപ്ലൈ വേണം. രാജ്യത്തെ കാർഷികോൽപ്പന്നങ്ങളുടെ വലിയൊരു പങ്ക് ഗളിവർ അകത്താക്കുകയായിരുന്നു.

ഗളിവറുടെ കാര്യങ്ങൾ നോക്കാൻ ഒരു ഉദ്യോഗസ്ഥനെ രാജാവ് നിയോഗിച്ചിരുന്നു. അയാളുടെ കീഴിൽ വേറെയും ഉദ്യോഗസ്ഥരുണ്ടാവും. ഈ ഉദ്യോഗസ്ഥന്മാരെ അവരുടെ വാഹനത്തോടൊപ്പം ഗളിവർ മേശപ്പുറത്തെടുത്തുവയ്ക്കും. അവരെല്ലാം

വളരെ സ്നേഹബഹുമാനങ്ങളോടെയാണ് ഗളിവറോട് സംസാരിച്ചത്. എന്നാൽ ചില ഉദ്യോഗസ്ഥർക്ക് ഗളിവറെ ഇഷ്ടമായിരുന്നില്ല. അവർ ഗളിവറെക്കുറിച്ച് പല അഭ്യൂഹങ്ങളും പ്രചരിപ്പിച്ചു. ഗളിവർ വിദേശ ചാരനാണെന്നും ലില്ലിപ്പുട്ടിനെ നശിപ്പിക്കുകയാണ് അയാളുടെ ഉദ്ദേശ്യമെന്നും അവർ പ്രചരിപ്പിച്ചു. പക്ഷേ, രാജാവ് ഇതൊന്നും കാര്യമാക്കിയില്ല. ബോൾഗോലം എന്ന പേരായ പട്ടാള ഉദ്യോഗസ്ഥൻ ആയിരുന്നു ഇവരിൽ പ്രധാനി. ഗളിവറുടെ വരവോടെ ലില്ലിപ്പുട്ട് സൈന്യത്തിന്റെ പ്രശസ്തി വർധിച്ചുവെങ്കിലും അതെല്ലാം ഗളിവറുടെ മിടുക്കും ബലവും കൊണ്ടായിരുന്നല്ലോ. ലില്ലിപ്പുട്ട് സേനാപതിക്ക് അത് അസൂയയുണ്ടാക്കി.

ഗളിവറെ എങ്ങനെയെങ്കിലും നാടുകടത്തണമെന്ന് അയാൾ ഉറപ്പിച്ചു. അതിനായി മറ്റുദ്യോഗസ്ഥരുമായിച്ചേർന്ന് ഗൂഢാലോചന നടത്തി. അവർ രാജാവിനെതിരെയും പ്രചാരണങ്ങൾ നടത്തി. രാജാവ് വിദേശ ദല്ലാൾ ഭരണാധികാരിയാണെന്ന് അവർ നാടെങ്ങും പ്രചരിപ്പിക്കുകയായിരുന്നു. രാജ്യദ്രോഹിയായ ഗളിവറെയും രാജാവിനെയും വധിക്കണമെന്നുവരെ ചിലർ മുറവിളി കൂട്ടുകയുണ്ടായി. ഇതെല്ലാം രാജ്യത്ത് സ്ഫോടനാത്മകമായ സ്ഥിതിവിശേഷം സൃഷ്ടിച്ചു. രാജസഭയിലും ജനസഭയിലും അത് കോളിളക്കമുണ്ടാക്കി. രാജാവ് വിദഗ്ധരുമായി കൂടിയാലോചന നടത്തി. ബോൾഗോലത്തിന്റെ നിലപാട് കർക്കശമായിരുന്നു. "അയാൾ രാജ്യദ്രോഹിയാണ്. രാജ്യദ്രോഹികളെ വധിക്കണം" അയാൾ പരസ്യമായി പ്രഖ്യാപിച്ചു. ഗളിവറുടെ ഭവനത്തിന് തീയിടാൻ അയാൾ നിർദേശിച്ചു. പ്രശ്നം സങ്കീർണമായി.

എന്നാൽ ഗളിവറെ വിഷംപുരട്ടിയ അമ്പുകൾകൊണ്ട് വധിക്കുന്നതാണ് നല്ലതെന്ന് ചിലർ അഭിപ്രായപ്പെട്ടു. രണ്ടു മാർഗമേ അവരുടെ മുമ്പിലുണ്ടായിരുന്നുള്ളൂ: ഒന്നുകിൽ തീയിട്ടു കൊല്ലുക; അല്ലെങ്കിൽ അമ്പെയ്തു കൊല്ലുക. അല്ലാതെ ഗളിവറെ വധിക്കാൻ പറ്റിയ മറ്റായുധങ്ങളോ അതുപയോഗിക്കാൻ പറ്റിയവരോ അവിടെ ഉണ്ടായിരുന്നില്ല. തീയിട്ടാൽ ആ തീ നാടെങ്ങും പടർന്നാലോ. കുറഞ്ഞപക്ഷം സമീപത്തുള്ള കെട്ടിടങ്ങൾവരെ നശിച്ചുപോകും. മാത്രമല്ല ഏതെങ്കിലും വിധേന ഗളിവർ മരിച്ചില്ലെങ്കിൽ സ്ഥിതിയെന്താവും? നാട്ടുകാരെയും രാജാവിനെയും സൈന്യങ്ങളെയും ഗളിവർ ചവിട്ടിയരച്ചുകളയും. എന്നാൽ ചില വിദഗ്ധന്മാർ മൂന്നാമതൊരു വിദ്യ കണ്ടുപിടിച്ചു. ഗളിവറുടെ വ

സ്ത്രങ്ങളിൽ കൊടിയവിഷം പുരട്ടുക. എന്നാൽ ഈ നിർദേശങ്ങളൊന്നുംതന്നെ രാജാവിന് സ്വീകാര്യമായിരുന്നില്ല. കാരണം ഗളിവറെ രാജാവ് ഇഷ്ടപ്പെട്ടിരുന്നു. ഗളിവർ രാജ്യദ്രോഹിയല്ലെന്നും നിഷ്കളങ്കനും നല്ലവനുമാണെന്ന് രാജാവിന് ഉത്തമബോധ്യമുണ്ടായിരുന്നു. മാത്രമല്ല, ഏതെങ്കിലും വിധേന ഗളിവർ രക്ഷപ്പെട്ടാൽ ഉണ്ടാവുന്ന നാശങ്ങൾക്കെല്ലാം താനായിരിക്കും ഉത്തരവാദിയാകുകയെന്ന കാര്യം രാജാവിൽ ആശങ്ക സൃഷ്ടിച്ചിരുന്നു. ഗളിവർ നല്ലവനാണെന്നും അയാൾ രാജ്യത്തെ ശത്രുക്കളിൽനിന്നും രക്ഷിക്കുകയാണ് ചെയ്തിട്ടുള്ളതെന്നും രാജാവ് വാദിച്ചു. ശത്രുരാജ്യത്തിൽനിന്നും തങ്ങൾക്ക് നഷ്ടപ്പെട്ട കപ്പലുകൾ അയാൾ പിടിച്ചെടുത്തുതന്നു. രാജ്യത്തിന്റെ സേനാവ്യൂഹത്തിന് ആത്മവിശ്വാസം നൽകി. ലില്ലിപ്പുട്ടുകാരുടെ പ്രശസ്തി വർധിച്ചു. ശത്രുരാജ്യങ്ങൾ തങ്ങളുടെ മുമ്പിൽ കീഴടങ്ങി. ഗളിവറുടെ ഇത്രയും സേവനങ്ങൾ നാം വിസ്മരിക്കരുതെന്ന് രാജാവ് ഓർമപ്പെടുത്തി.

എന്നാൽ സൈനികോദ്യോഗസ്ഥന്മാരിൽ ഭൂരിപക്ഷവും രാജാവിനെ അനുകൂലിച്ചില്ല. ഗളിവറെ രാജ്യദ്രോഹിയായി പ്രഖ്യാപിച്ച് വധിക്കണമെന്ന് അവരെല്ലാവരും തന്നെ അലറിവിളിച്ചു. അപ്പോൾ റെൽഡ്രസൽ എന്ന ആൾ അവിടെ ഉണ്ടായിരുന്നു. വളരെ ബുദ്ധിമാനായ സൈനികോദ്യോഗസ്ഥനായിരുന്നു അയാൾ. രാജാവിന് അയാളെ വലിയ വിശ്വാസമായിരുന്നു. രാഷ്ട്രീയകാര്യങ്ങളിലെല്ലാം വിദഗ്ധമായ ഉപദേശനിർദേശങ്ങൾ അയാൾ രാജാവിനു നൽകിയിരുന്നു. ഗളിവറെ വധിക്കുകയെന്ന ഉദ്യോഗസ്ഥവൃന്ദത്തിന്റെ അഭിപ്രായം രാജാവിന്റെ മനസിനെ വല്ലാതെ ഉലച്ചിരുന്നു. രാജാവിന്റെ മുഖത്തെ പാരവശ്യം റെൽഡ്രസൽ മനസിലാക്കി. രാജാവ് റെൽഡ്രസലിന്റെ അഭിപ്രായമാരാഞ്ഞു. റെൽഡ്രസൽ ഇങ്ങനെ പറഞ്ഞു:

“മഹാനായ രാജാവേ, അങ്ങ് നീതിമാനും ബുദ്ധിശാലിയുമാണ്. അനീതിയുടെ ഒരു സ്പർശംപോലും അംഗീകരിക്കാൻ വയ്യാത്ത അങ്ങേക്ക് നിഷ്കളങ്കനും നല്ലവനുമായ ഒരു മനുഷ്യനെ എങ്ങനെ വധിക്കാൻ കഴിയും. നിലാവിന് കുളിരെന്നപോലെയാണ് ഭരണാധികാരിക്ക് നീതിബോധം. പനിനീർപ്പൂവിന് സൗരഭ്യംപോലെ അത് ഭരണാധികാരിക്ക് യശസ്സ് നൽകുന്നു. നദികൾ ഉന്നതങ്ങളിൽനിന്നും ഉറവയെടുത്ത് താഴോട്ടൊഴുകു

ന്നു. അത് ഉറവയെടുക്കുന്നത് മഹാപർവതങ്ങളിൽനിന്നാണെങ്കിൽപ്പോലും ഒഴുകിയെത്തുന്നത് താഴ്ന്ന നിലങ്ങളിലേക്കാണ്. വരണ്ടുണങ്ങിയ താഴ്ന്ന നിലങ്ങളെ അത് വളക്കൂറുള്ളതാക്കുന്നു. അതുപോലെയാണ് ഭരണാധികാരികൾ. അവർ എളിമയുള്ളവരാവണമല്ലോ. അവരുടെ ദയാവായ്പ് മനുഷ്യർക്കെല്ലാം നീതിയുടെ കുളിർജലം ലഭ്യമാക്കുന്നു. അങ്ങയുടെ നീതിബോധത്തിന്റെ ജലസ്പർശം ഗളിവർക്കു മാത്രം നിഷേധിക്കപ്പെട്ടുകൂടാ. കാരുണ്യവാനാണ് അങ്ങ്. സ്വന്തം ജീവൻപോലും പണയം വെച്ച് നമ്മുടെ രാജ്യത്തിന്റെ മാനം കാത്തവനാണ് ഗളിവർ. അതിനാൽ അയാളെ രക്ഷിക്കണം. അയാളെ വധിക്കരുത്. വേണമെങ്കിൽ അയാളുടെ കണ്ണുരണ്ടും കുത്തിപ്പൊട്ടിച്ച് അയാളെ അന്ധനാക്കൂ."

റെൽഡ്രസൽ ഇത്രയും പറഞ്ഞുതീരുമ്പോഴേക്കും അയാളുടെ കണ്ണുകൾ നിറഞ്ഞിരുന്നു. വാസ്തവത്തിൽ ഗളിവറെ അന്ധനാക്കാൻ റെൽഡ്രസൽ നിർദേശിച്ചത് ഗളിവറെ വധിക്കണമെന്ന രാജസഭാംഗങ്ങളുടെയും ഉദ്യോഗസ്ഥരുടെയും അഭിപ്രായത്തോടുള്ള പ്രതിഷേധം എന്ന നിലയിലായിരുന്നു. എന്നാൽ അവിടെ കൂടിയിരുന്നവർ അത് ഒരു നിർദേശമായി സ്വീകരിക്കുകയായിരുന്നു. അവർ മേശപ്പുറത്തിടിച്ച് ആ 'നിർദേശ'ത്തെ അംഗീകരിച്ചു.

രാജാവിനോട് ആ നിർദേശം അംഗീകരിക്കാനവർ അഭ്യർഥിച്ചു. ആ അഭ്യർഥനയുടെ മുമ്പിൽ രാജാവിന് കീഴടങ്ങേണ്ടി വന്നു. രാജാവ് പറഞ്ഞു:

"ശരി. നിങ്ങളുടെയെല്ലാം ഇംഗിതമാണെങ്കിൽ ഞാനതിന് എതിരുനിൽക്കുന്നില്ല. എനിക്കെന്തോ സ്വകാര്യമായ താൽപ്പര്യമുണ്ടെന്ന് നിങ്ങൾ കരുതരുത്. രാജ്യതാൽപ്പര്യമാണ് നമ്മുടെയും താൽപ്പര്യം."

ഈ നിർദേശം ഭൂരിപക്ഷം സഭാംഗങ്ങൾക്കും സ്വീകാര്യമായിരുന്നില്ല. ഗളിവർ ചാവുന്നത് കാണുകയെന്നതായിരുന്നു അവരുടെ ലക്ഷ്യം. പക്ഷേ, രാജാവ് അതിന് തയാറായിരുന്നില്ല. അതിനാൽ മനസില്ലാമനസോടെ എല്ലാവരും രാജകൽപ്പന അംഗീകരിച്ചു. ഗളിവറുടെ കണ്ണുരണ്ടും പൊട്ടിച്ചാലും ജീവൻ രക്ഷിക്കാൻ കഴിഞ്ഞല്ലോ എന്ന ആശ്വാസമായിരുന്നു രാജാവിന്. അങ്ങനെയിരിക്കെ ചില സഭാംഗങ്ങൾ രാത്രി ഗളിവറെ കാണാൻവന്നു.

ഗളിവറുടെ കണ്ണുകുത്തിപ്പൊട്ടിക്കുകയെന്ന കൊടുംക്രൂരത സഹിക്കാനാവാത്തവരായിരുന്നു അവർ. പക്ഷേ, രാജസഭയിൽ അവർ പരസ്യമായി എതിർപ്പു പ്രകടിപ്പിച്ചില്ല. അതുകൊണ്ട് കാര്യമില്ലെന്നവർക്കറിയാമായിരുന്നു. മാത്രമല്ല, ഗളിവറെ തന്ത്രപൂർവം രക്ഷിക്കുകയായിരുന്നു അവരുടെ ലക്ഷ്യം. കണ്ണുനഷ്ടപ്പെട്ട് ജീവിതകാലം മുഴുവൻ ഒരു മനുഷ്യൻ അന്യനാട്ടിൽ കഴിയുന്നത് സങ്കൽപ്പിക്കാൻപോലും അവർക്കു കഴിഞ്ഞില്ല. മനുഷ്യസ്നേഹികളായ അവർ രാത്രി വേഷംമാറി ഗളിവറുടെ ഭവനത്തിലെത്തി. തന്നെ ശിക്ഷിക്കാനുള്ള ഗൂഢാലോചനയെക്കുറിച്ചൊന്നും അറിയാതെ ഗളിവർ കിടക്കുകയായിരുന്നു. അപ്പോഴാണ് വാതിൽക്കൽ രണ്ടുപേർ നിൽക്കുന്നത് കണ്ടത്. ഗളിവർ അതിഥികളെ സ്വീകരിച്ചിരുത്തി. അവർ ഗളിവർക്കെതിരായ ഗൂഢാലോചനയുടെ വിശദവിവരണങ്ങൾ നൽകി. ജനങ്ങൾ മുഴുവൻ ഗളിവറെ സ്നേഹിച്ചാദരിച്ചിട്ടും സഭാംഗങ്ങളിൽ മഹാഭൂരിപക്ഷവും തന്നെ എതിർക്കുന്നത് ഗളിവറെ അത്ഭുതപ്പെടുത്തി. അതിന്റെ കാരണങ്ങൾ വന്നവർ വിശദീകരിച്ചു. ജനങ്ങളുടെയും രാജാവിന്റെയും ഇഷ്ടാനിഷ്ടങ്ങൾക്കനുസരിച്ചല്ല, നിക്ഷിപ്തതാൽപ്പര്യക്കാരായ ഒരു വിഭാഗത്തിന്റെ താളത്തിനൊത്താണ് ലില്ലിപ്പുട്ടിലെ കാര്യങ്ങൾ നീങ്ങുന്നത്. മുമ്പ് ലില്ലിപ്പുട്ടിൽ അങ്ങനെയായിരുന്നില്ല. സ്വാർഥരായ ഈ രാജസഭാവൃന്ദം വിചാരിച്ചാൽ ഗളിവർ വധിക്കപ്പെടുകതന്നെ ചെയ്യുമായിരുന്നു. അന്ധനാക്കപ്പെട്ടാൽ ചതിയിൽ കൊല്ലാൻ എളുപ്പമാണെന്ന് ഗൂഢാലോചനക്കാർക്കറിയാമായിരുന്നു. അല്ലെങ്കിൽ ഏതെങ്കിലും കുറ്റകൃത്യം ഗളിവറുടെ തലയിൽ കെട്ടിവച്ച് രാജാവിനെക്കൊണ്ടുതന്നെ വധശിക്ഷ നടപ്പാക്കിക്കാൻ അവർക്കു കഴിയും.

ഗളിവർക്കെതിരായ കുറ്റങ്ങൾ ഇവയായിരുന്നു: ശത്രുരാജ്യത്തിന്റെ നാവികസേന പിടിച്ചടക്കിയെങ്കിലും ശത്രുരാജ്യത്തെ കീഴടക്കിയില്ല. ഗളിവർക്കത് നിഷ്പ്രയാസം സാധിക്കുന്നതായിരുന്നു. ഗളിവർ ചെയ്ത മറ്റൊരു കുറ്റമാണ് ബ്ലഫസ്ക് രാജ്യം സന്ദർശിക്കാൻ ശ്രമിച്ചത്. ഗളിവറുടെ സമാധാനനയം ലില്ലിപ്പുട്ടിലെ സഭാംഗങ്ങൾക്ക് അസഹ്യമായിരുന്നു. അതുപോലെതന്നെ ഗളിവറുടെ സഹിഷ്ണുതയും സമാധാനനയവും അവർക്ക് രുചിക്കുന്നതായിരുന്നില്ല. ഗളിവറുടെ കണ്ണു കുത്തിപ്പൊട്ടിക്കാനുള്ള തീരുമാനം ലില്ലിപ്പുട്ടിൽ ചൂടുപിടിച്ച വിവാദങ്ങൾക്കിട

യാക്കി. തന്റെ കണ്ണു കുത്തിപ്പൊട്ടിക്കാനുള്ള രാജതീരുമാനം ഗളിവറുടെ ഹൃദയത്തെ വേദനിപ്പിച്ചു. താൻ ചെയ്ത തെറ്റെന്താണ്? നിരപരാധികളും നിഷ്കളങ്കരുമായ ഒരു ജനതയെ ആക്രമിച്ച് കീഴ്പ്പെടുത്താൻ വിസമ്മതിച്ചതോ? ഏറെക്കാലമായി ശത്രുരാജ്യം പിടിച്ചടക്കിയ ലില്ലിപ്പുട്ടിന്റെ നാവികസേന പിടിച്ചെടുത്ത് രാജാവിന് സമർപ്പിച്ചതോ? കത്തി നശിച്ചുപോവുമായിരുന്ന രാജകൊട്ടാരത്തെ പരിരക്ഷിച്ചതോ? ഈ നാട്ടിലെ നല്ലവരായ മനുഷ്യരെ സ്നേഹിച്ചതോ? ഗളിവർക്ക് തന്നോടുതന്നെ ദേഷ്യംതോന്നി. താൻ ചെയ്ത നന്മകൾക്കുള്ള ശിക്ഷയാണ് ലില്ലിപ്പുട്ടിലെ രാജാവ് വിധിച്ചത്. കുതന്ത്രങ്ങൾ വശമില്ലാത്തതുകൊണ്ടാണല്ലോ തനിക്കെതിരെ ഈ ശിക്ഷാവിധി വന്നത്. ലില്ലിപ്പുട്ടിലെ സ്വാർഥരായ രാജസഭാംഗങ്ങളെ പ്രീതിപ്പെടുത്താൻ തനിക്കറിയുമായിരുന്നില്ല. എന്തായിരുന്നാലും ഈ രാജ്യത്ത് ഇനി നിന്നുകൂടാ. കഴിയുന്നതുംവേഗം രക്ഷപ്പെടണം. തനിക്കെതിരെ ക്രൂരമായ ശിക്ഷാവിധി പ്രഖ്യാപിച്ച രാജാവിനെയും രാജസഭാംഗങ്ങളെയും ചവിട്ടിയരയ്ക്കാനാണ് ഗളിവർക്കു തോന്നിയത്. എത്ര നല്ലവരാണ് ലില്ലിപ്പുട്ടിലെ ജനങ്ങൾ. അവർ എന്തുമാത്രം തന്നെ സ്നേഹിക്കുന്നു. അവരെയെല്ലാം വിട്ടുപോവുന്നതോർത്തപ്പോൾ എന്തെന്നില്ലാത്ത ഒരു വികാരം ഗളിവറുടെ ഹൃദയത്തിൽ തിളച്ചുമറിയുകയായിരുന്നു. പക്ഷേ, പോവാതെ വയ്യ. നിക്ഷിപ്ത താൽപ്പര്യക്കാരായ രാജസഭാംഗങ്ങളും സൈന്യാധിപന്മാരും എന്തു കുടിലതയും ചെയ്യും. അവർ ഭക്ഷണത്തിൽ വിഷം ചേർത്തേക്കാം.

ഇതെല്ലാം ആലോചിച്ച് ഗളിവർ ഒരുറച്ച തീരുമാനമെടുത്തു. ഇന്നു രാത്രിതന്നെ ലില്ലിപ്പുട്ട് രാജ്യം വിട്ടുപോകണം. എവിടേക്കു പോവും. ലില്ലിപ്പുട്ടിനുവേണ്ടി കപ്പൽപ്പട പിടിച്ചെടുത്തത് ഏതു രാജ്യത്തിൽനിന്നാണോ ആ രാജ്യത്തിലേക്കുതന്നെ പോവാം– ബ്ലഫസ്ക് രാജ്യം. മറ്റൊരു രാജ്യത്തെക്കുറിച്ച് തനിക്കറിയില്ല. രാത്രിയിൽ ഗളിവർ ലില്ലിപ്പുട്ടിന്റെ കടലോരത്ത് പാറക്കെട്ടിൽ വന്നിരുന്നു. നല്ല നിലാവ്. തൂമഞ്ഞിൽ കുളിച്ചുനിൽക്കുന്ന പച്ചിലച്ചാർത്തിൽ നിലാവ് കുങ്കുമച്ചാറൊഴുക്കുകയാണ്. കടൽ ശാന്തമായിരുന്നു. കണ്ണാടിപോലെ സ്നിഗ്ധമായ കടൽ. തിരകൾ അടങ്ങിയ, ഇത്രയും ശാന്തമായ കടലിനെ ഗളിവർ ഒരിക്കലും കണ്ടിരുന്നില്ല. ചെമന്നതും നീലയുമായ പൂക്കൾ തീരത്ത് അടി

ഞ്ഞുകിടക്കുന്നുണ്ടായിരുന്നു. ഇളംകാറ്റിൽ കുഞ്ഞലകൾ മെല്ലെ ഇളകുന്നു. ഇതു കടലോ, തടാകമോ? ഗളിവർ വിസ്മയംപൂണ്ടു. കടലിന്റെ മധ്യത്തിലാണ് ബ്ലഫസ്ക് രാജ്യം. കടലിന്റെ നടുവിൽ ഒരു വലിയ പൂത്താലംപോലെ ബ്ലഫസ്ക്. വെള്ളാരങ്കല്ലുകൾ കൊണ്ട് പൊതിഞ്ഞ ബ്ലഫസ്കിന്റെ തീരത്തെ ലക്ഷ്യമാക്കി ഗളിവർ നീന്തി. തന്റെ വസ്ത്രങ്ങളെല്ലാം ഒരു കപ്പലിൽ കയറ്റി ചരടുകൊണ്ട് കെട്ടിവലിച്ചാണ് ഗളിവർ നീന്തിയത്. ഗളിവർ ബ്ലഫസ്ക് തീരത്തെത്തുമ്പോഴേക്കും നേരം പാതിരാവായിരുന്നു. ലില്ലിപ്പുട്ടുപോലെതന്നെ മനോഹരമാണ് ബ്ലഫസ്കും. അവിടത്തെ മനുഷ്യരും ലില്ലിപ്പുഷ്യന്മാരെപ്പോലെതന്നെ കൊച്ചുകുട്ടൂസന്മാർ.

ഗളിവറെ സ്വീകരിച്ചാനയിക്കാനായി രാജാവും രാജ്ഞിയും ആയിരക്കണക്കിന് ജനങ്ങളും ബ്ലഫസ്കിൽ തയാറായി നിൽക്കുകയാണ്. ഗളിവർ ലില്ലിപ്പുട്ടിൽനിന്നും നീന്തിയടുക്കുന്നത് ബ്ലഫസ്ക് രാജ്യത്തിലെ ഒരു മുക്കുവനാണ് ആദ്യം കണ്ടത്. അയാൾ ആ വിവരം ഉടൻതന്നെ രാജകൊട്ടാരത്തിലെത്തിച്ചു. ഒട്ടും സമയം പാഴാക്കാതെ ആ പാതിരാവിൽ രാജാവ് ഗളിവറെ സ്വീകരിക്കാനുള്ള ഏർപ്പാടുചെയ്തു. വമ്പിച്ച ഒരു പുരുഷാരം അവിടെയുണ്ടായിരുന്നു. രാജാവിന്റെയും രാജ്ഞിയുടെയും കൈകൾ ചുംബിച്ചുകൊണ്ട് ഗളിവർ തന്റെ സ്നേഹാദരങ്ങൾ പ്രകടിപ്പിച്ചു. ജനങ്ങൾ ഗളിവറെ കണ്ടതോടെ ഹർഷാരവം മുഴക്കി. കൊട്ടും കുരവയും വാദ്യഘോഷവുമായി രാജാവ് ഗളിവറെ തന്റെ ആസ്ഥാനത്തേക്ക് ആനയിച്ചു.

ഗളിവറും രാജാവും തമ്മിൽ പല കാര്യങ്ങളെക്കുറിച്ചും സംസാരിച്ചു. വളരെ രസികനാണ് ബ്ലഫസ്കിലെ രാജാവ്. പല കാര്യങ്ങളും സംസാരിക്കുന്ന കാര്യത്തിൽ, ആരോഗ്യകാര്യങ്ങളിൽ പ്രത്യേകം ശ്രദ്ധിക്കണമെന്ന് ഗളിവർക്ക് ഒരു ഉപദേശവും നൽകി അദ്ദേഹം. എല്ലാ രാജ്യങ്ങളുമായും സമാധാനത്തിലും സൗഹാർദത്തിലും കഴിയാനാണ് തന്റെ അഭിലാഷമെന്ന് രാജാവ് പറഞ്ഞു. ഒരു തത്വചിന്തകനെപ്പോലെയാണ് രാജാവ് സംസാരിച്ചത്. രാജാവും ഗളിവറും തമ്മിൽ സംസാരിച്ചുകൊണ്ടിരിക്കുമ്പോഴെല്ലാം പുറത്ത് ജനങ്ങൾ ഗളിവറെ കാത്തിരിക്കുകയായിരുന്നു. ലില്ലിപ്പുട്ടിൽനിന്നും താൻ രക്ഷപ്പെടാനിടയാക്കിയ സാഹചര്യങ്ങൾ ഗളിവർ രാജാവിനോട് പറഞ്ഞിരുന്നില്ല. അതു പറഞ്ഞാൽ രാജാവ് തന്നെ തെറ്റിദ്ധരിച്ചാലോ? രാജാവുമായുള്ള ദീർഘനേ

രത്തെ കൂടിക്കാഴ്ചയ്ക്കുശേഷം ഗളിവർ ജനങ്ങളെ കാണാനെത്തി. ലില്ലിപ്പുട്ടിലെപ്പോലെതന്നെ കൊച്ചുമനുഷ്യർ. തങ്ങളുടെ രാജ്യത്ത് വന്നുപെട്ട പർവതമനുഷ്യനെക്കണ്ട് അവർ അമ്പരന്നു. ഗളിവർ അവരുമായി ചങ്ങാത്തംകൂടി. കഥകൾ പറഞ്ഞ് അവരെ രസിപ്പിച്ചു. ഇപ്പോൾ കൊച്ചുമനുഷ്യരുമായി എങ്ങനെ ഇണങ്ങാമെന്ന് ഗളിവർക്കറിയാം. ബ്ലഫസ്ക് പൗരന്മാരെ കൈകളിലെടുത്ത് മടിയിൽവച്ച് പൂച്ചക്കുട്ടികളെ താലോലിക്കുംപോലെ അവരെ തലോടി. ബ്ലഫസ്ക് നിവാസികൾ ഗളിവറോട് പല വിശേഷങ്ങളും ചോദിച്ചു. വീടിനെയും നാടിനെയും പറ്റി, കുടുംബത്തെപ്പറ്റി, യാത്രകളെപ്പറ്റി. എല്ലാംതന്നെ അത്ഭുതകഥകളെന്നവണ്ണം ഗളിവർ വിവരിച്ചു. ജനങ്ങൾ ശ്വാസമടക്കിപ്പിടിച്ച് പർവതമനുഷ്യന്റെ കഥ കേട്ടു.

പകൽ മുഴുവൻ ജനങ്ങളുമായി ചങ്ങാത്തംകൂടിയശേഷം ഗളിവർ ഉറങ്ങാൻകിടന്നു. ഉറക്കം വന്നില്ല. ലില്ലിപ്പുട്ടിൽനിന്നും രക്ഷപ്പെട്ട് ഇവിടെയെത്തി. ഇനിയെന്തു ചെയ്യും? പെട്ടെന്ന് ഇവിടെനിന്നും പോവാൻ കഴിയില്ല. കുറച്ചുനാളെങ്കിലും ഇവിടെ കഴിയാതെ തരമില്ല. അതുവരെ എന്തെല്ലാം ചെയ്യണം. ഗളിവർ തന്റെ ഭാവിപരിപാടികൾ ആസൂത്രണംചെയ്തു. നല്ലവരാണ് ബ്ലഫസ്കിലെ കൊച്ചുകുട്ടൂസന്മാർ. ലില്ലിപ്പുട്ടിലെ ജനങ്ങൾ വിഷം പുരട്ടിയ അമ്പുകളുമായാണ് തന്നെ സ്വീകരിച്ചത്. പക്ഷേ, ബ്ലഫസ്ക് നിവാസികൾ പൂക്കളുമായാണ് തന്നെ എതിരേറ്റത്. കുറെക്കൂടി സമാധാനപ്രിയരാണ് ഇവിടത്തുകാരെന്ന് ഗളിവർക്ക് തോന്നാതിരുന്നില്ല. പക്ഷേ, ലില്ലിപ്പുട്ടുകാരും അങ്ങനെയായിരുന്നില്ലേ. ആദ്യം ശത്രുവാണെന്നു കരുതി ലില്ലിപ്പുട്ടുകാർ തന്നെ ബന്ധിച്ചു. വിഷം പുരട്ടിയ അമ്പുകളെയ്തു. ഓ, ഒന്നും ഓർക്കാൻ വയ്യ. പക്ഷേ, അതിനവരെ കുറ്റം പറയാൻ കഴിയുമോ. ആറിഞ്ചുയരമുള്ള മനുഷ്യർ തങ്ങൾക്കു മുമ്പിൽ വന്നുപെട്ട ഒരു ഭീമാകാരനെ ഇങ്ങനെ ചെയ്തില്ലെങ്കിലല്ലേ അത്ഭുതമുള്ളൂ. പിന്നീട് അടുത്തപ്പോൾ അവർ നിഷ്കളങ്കരാണെന്നു മനസിലായല്ലോ. അവരെന്നെ എത്രമാത്രം സ്നേഹിച്ചു, ആരാധിച്ചു. എത്ര പണിപ്പെട്ടാണവർ തന്നെ ഊട്ടിയത്. എത്ര പണിപ്പെട്ടാണവർ തനിക്ക് കിടപ്പാടം തന്നത്. രാപകലുകൾ കഷ്ടപ്പെട്ടല്ലേ അവർ തനിക്ക് വസ്ത്രങ്ങൾ നെയ്തത്. പക്ഷേ, ഒരുകൂട്ടം ദുഷിച്ച മനുഷ്യർ തന്നെപ്പറ്റി തെറ്റിദ്ധാരണകൾ പരത്തിയല്ലോ. താൻ അവർക്കുവേണ്ടി

ചെയ്ത കാര്യങ്ങളെല്ലാം വൃഥാവിലായതോർത്ത് ഗളിവർ സങ്കടപ്പെട്ടു. ഇനി അതൊന്നും ആലോചിച്ചിട്ട് കാര്യമില്ല. കഴിഞ്ഞതെല്ലാം കഴിഞ്ഞു. നാട്ടുകാരുമായി അടുക്കുകതന്നെ. ജനങ്ങളുമായി അടുത്താൽ അവരെ സ്നേഹിച്ചാൽ അവരുമായി സുഖദുഃഖങ്ങളും സ്വപ്നങ്ങളും പങ്കിട്ടാൽ ലഭിക്കുന്ന ശാന്തത മറ്റെവിടെനിന്നു കിട്ടും? ഇംഗ്ലണ്ടിലെ വിദ്യാലയങ്ങളിൽനിന്നും പുസ്തകങ്ങളിൽനിന്നും പ്രൊഫസർമാരിൽനിന്നും ലഭിക്കാത്ത പാഠമായിരുന്നു ഇത്. ഗളിവർക്ക് പുതിയ ഉൾക്കാഴ്ച ലഭിച്ചത് ഈ ദ്വീപുകളിൽ വന്നുപെട്ടതിനുശേഷമാണ്. വേദനകളും യാതനകളും ഏറെ അനുഭവിച്ചെങ്കിലും ഇവിടത്തെ അനുഭവങ്ങൾ നൽകിയ പാഠങ്ങൾ വിലമതിക്കാനാവാത്തതാണ്. ഭരണാധികാരികളെയും അധികാരത്തിലിരിക്കുന്നവരെയും ഒരിക്കലും വിശ്വസിച്ചുകൂടാ. അതുപോലെ സ്ഥാനമോഹികളായ ബുദ്ധിജീവികളെയും നമ്പിക്കൂടാ. അവരെല്ലാം ഓന്തുപോലെയാണ്. എപ്പോൾ വേണമെങ്കിലും നിറം മാറും. പക്ഷേ, നാട്ടുകാർ അവർ നല്ലവരാണ്. അവരുടെ സ്നേഹം അചഞ്ചലമാണ്. തെറ്റിദ്ധാരണകളെല്ലാം താൽക്കാലികമാണ്. ഗളിവർക്കു ലഭിച്ച പാഠങ്ങളാണിത്. അങ്ങനെ ജനങ്ങളെ വിശ്വസിച്ച് അവരുമായി സുഖ-ദുഃഖങ്ങൾ പങ്കിട്ട് ഗളിവറുടെ നാളുകൾ മുന്നോട്ടുപോയി. അങ്ങനെയിരിക്കെ ഒരു പ്രഭാതത്തിൽ കടൽക്കരയിൽ ഉലാത്തുകയായിരുന്നു ഗളിവർ. പഞ്ചാരമണലിന്റെ വിരിയിട്ട കടൽക്കര. നീലത്തിരകളിൽനിന്നും പാൽനുരയുയരുന്ന തീരം. കടൽ ശാന്തമായിരുന്നു. അപ്പോഴാണ് ഒരു സാധനം ഒഴുകിവരുന്നത് കണ്ണിൽപ്പെട്ടത്. ഗളിവർ കടലിലേക്ക് എടുത്തുചാടി. ആ സാധനത്തിനു നേരെ നീന്തിയടുത്തു. ഒരു തോണിയായിരുന്നു അത്. തിരകളിൽപ്പെട്ട് കമിഴ്ന്നുപോയ ആ വഞ്ചി നേരെയാക്കി ഗളിവർ അതിലിരുന്നു. ദൈവം തനിക്കുവേണ്ടി ഒഴുക്കിയതാണോ ഇത്. തന്നെ, പ്രിയപ്പെട്ട പത്നിക്കും കുട്ടികൾക്കും അടുത്തെത്തിക്കാൻ വേണ്ടി ദൈവമയച്ച വഞ്ചിയാവാമിത്. അല്ലാതെ ഈ വിജനമായ സ്ഥലത്ത് എവിടെനിന്ന് വരാനാണ് വഞ്ചി. ഗളിവറുടെ മനസിൽ പ്രതീക്ഷയുടെ കിരണങ്ങൾ തെളിഞ്ഞു. ഈ വള്ളത്തിൽ കയറി തനിക്കു രക്ഷപ്പെടണം. ഇനിയൊരവസരം ഇതുപോലെ ഉണ്ടായെന്നുവരില്ല. ആ വഞ്ചി കരയ്ക്കടുപ്പിച്ച് ഗളിവർ ആവേശത്തോടെ രാജസന്നിധിയിലേക്ക് ഓടി.

"മഹാനായ തിരുമനസേ, ദൈവം കനിഞ്ഞരുളിയതാണ് എനിക്കീ വള്ളം. ഇത് വെറും വള്ളമല്ല, ദൈവത്തിന്റെ വാഹനമാണ്. ഇതിൽ കയറി എനിക്ക് എന്റെ കുഞ്ഞുങ്ങളുടെ അടുത്തെത്തണം. ദയവായി എന്നെ പോകാനനുവദിച്ചാലും." പർവതം പോലുള്ള ഒരു മനുഷ്യൻ തന്റെ മുന്നിൽ നിന്ന് ഇങ്ങനെ യാചിച്ചപ്പോൾ അലിവുകൊണ്ട് കൊച്ചുരാജാവിന്റെ കണ്ണുകൾ നിറഞ്ഞുപോയി. ബ്ലഫസ്കിലെ വൃദ്ധസ്ത്രീകൾ പരസ്പരം പറഞ്ഞു:

"പാവം, ഇത്തടീംവലുപ്പോം ഉണ്ടെന്നേ ഉള്ളൂ. പഞ്ചപ്പാവമാ."

"നിങ്ങളിവിടം വിടണമെന്നു പറയാൻ ഞാനാളല്ല. എന്നാലും സ്വൽപ്പംകൂടി ഈ നാട്ടിൽ കഴിഞ്ഞുകൂടേ. നിങ്ങളുടെ മഹാരാജ്യത്തെ സൗഭാഗ്യങ്ങൾ ഇവിടെ കിട്ടുകയില്ലായിരിക്കാം. പക്ഷേ, ഇവിടെ നിങ്ങളെ സ്നേഹിക്കുന്ന നല്ല മനുഷ്യരാണ് ഞങ്ങൾ, ബ്ലഫസ്ക് രാജ്യത്തിന്റെ മതം സ്നേഹമാണ്."

രാജാവ് ഇത്രയും പറഞ്ഞപ്പോൾ ഗളിവറുടെ ഹൃദയം നിറഞ്ഞു. തന്റെ വള്ളം തുഴഞ്ഞ് സ്വന്തം രാജ്യത്തെത്തുന്നതിനെക്കുറിച്ച് ആലോചിച്ച് ഗളിവറുടെ ഹൃദയം ത്രസിച്ചു. തന്നെ പിരിഞ്ഞിരിക്കുന്ന പ്രിയപത്നിയും കുട്ടികളും എന്തു ചെയ്യുകയാവും. തന്നെക്കുറിച്ചാലോചിച്ച് കരഞ്ഞുകരഞ്ഞുറങ്ങുകയാവും കുട്ടികൾ. ഭാര്യ തന്നെ ശകാരിക്കുന്നുമുണ്ടാവും. തന്നെക്കാൾ, തന്റെ കുഞ്ഞുങ്ങളെക്കാൾ കടലിനെ സ്നേഹിച്ച ഭർത്താവിനെയോർത്ത് അവൾ സ്വയം ശപിക്കുന്നുണ്ടാവുമോ? കുട്ടികൾ..... തങ്ങളുടെ അച്ഛൻ തങ്ങളെ ഉപേക്ഷിച്ചതാണെന്നു കരുതുമോ? ദൈവമേ. വള്ളത്തിലേക്കു നോക്കി മനോരാജ്യത്തിൽ മുഴുകുന്ന ഗളിവറെ രാജാവ് നിർന്നിമേഷനായി നോക്കിനിന്നു. നാട്ടിലെത്താനുള്ള ഒരുക്കത്തിലായിരുന്നു ഗളിവർ. വള്ളത്തിന് ചില കേടുപാടുകളുണ്ട്. അത് ശരിയാക്കണം. അതിനു വേണ്ട കാര്യങ്ങൾ ചെയ്യാമെന്ന് രാജാവേറ്റു.

ഇതിനിടയിൽ ലില്ലിപ്പുട്ടിൽ ഗളിവറെച്ചൊല്ലി പല കോലാഹലങ്ങളും നടന്നു. ഗളിവർ സ്വന്തം നാട്ടിലേക്കു പോയെന്ന അഭ്യൂഹം അവിടെ പരന്നിരുന്നു. അങ്ങനെയെങ്കിൽ ലില്ലിപ്പുട്ടിലെ രാജാവിന് അതിൽ ആശങ്കയില്ലായിരുന്നു. "ഇതിപ്പോൾ, ഒരുവേള ഗളിവർ ബ്ലഫസ്കിൽത്തന്നെ താമസിക്കുവാൻ തീരുമാ

നിച്ചതാണെങ്കിലോ? തങ്ങളുടെ ശത്രുരാജ്യമാണത്. തങ്ങൾക്കെതിരെ ഗളിവറെ ഉപയോഗിച്ച് യുദ്ധം ചെയ്യാൻ മടിക്കാത്തവരാണ്. ഗളിവർക്കു വേണ്ട സുഖസൗകര്യങ്ങളെല്ലാം നൽകി അവർ വശീകരിച്ചാലോ." ഇങ്ങനെ ഓരോന്നാലോചിച്ച് ലില്ലിപ്പുട്ടിലെ രാജാവ് വിഷമിച്ചു. അദ്ദേഹം ഒരു ദൂതനെ ബ്ലഫസ്കിലേക്ക് അയച്ചു. ഗളിവർ, ലില്ലിപ്പുട്ടിലെ പൗരനാണെന്നും അയാളെ അവിടേക്കുതന്നെ അയയ്ക്കണമെന്നും ദൂതൻ, ബ്ലഫസ്ക് രാജാവിന് സന്ദേശം നൽകി. ഗളിവറെ ഉടൻതന്നെ സ്വന്തം നാട്ടിലേക്ക് അയയ്ക്കാനുള്ള പരിപാടിയാണ് തങ്ങളുടേതെന്നും ലില്ലിപ്പുട്ടിലേക്ക് അയയ്ക്കുന്ന പ്രശ്നമില്ലെന്നും രാജാവ് പറഞ്ഞു. ബ്ലഫസ്ക് രാജാവിന്റെ ഈ ഉറച്ചനിലപാടിൽ ഗളിവർ സന്തോഷംപൂണ്ടു. "താങ്കൾ വളരെ ധീരനും ഉറച്ച മനസുള്ള ആളുമാണ്. ഞാനിതുപോലുള്ള രാജാവിനെ ഇതുവരെ കണ്ടിട്ടില്ല." രാജാവ് അതിനിങ്ങനെ മറുപടി പറഞ്ഞു:

"ഗളിവർ, ഏതൊരു മനുഷ്യനും ഒരുറച്ച തീരുമാനം എന്തിലുമുണ്ടാവണം. ഒരു ഭരണാധികാരിക്ക് തീർച്ചയായും. ഈ ഉറച്ച തീരുമാനം നീതിബോധത്തിലും കാരുണ്യത്തിലും അടിയുറച്ചതായിരിക്കണമെന്നുമാത്രം."

ഗളിവറുടെ ഹൃദയം നിറഞ്ഞു. ഇതുപോലെയുള്ള രാജാക്കന്മാർ, യൂറോപ്പിലെല്ലാം ഉണ്ടായിരുന്നെങ്കിൽ എന്നയാൾ ആശിച്ചുപോയി. പല യുദ്ധങ്ങളും കലാപങ്ങളും ഒഴിവാക്കാമായിരുന്നു. ഇത്ര ചെറിയ മനുഷ്യനായതുകൊണ്ടാണോ, ഇയാൾക്കിത്ര നീതിബോധം. ഗളിവർ രാജാവിനെ വണങ്ങി. തന്നോട് കാണിക്കുന്ന സ്നേഹാദരങ്ങൾക്ക് ഗളിവർ നന്ദി പറഞ്ഞു. താൻ നാട്ടിലെത്തിയാൽ ഒരുകാലത്തും ഇന്നാട്ടുകാരെ മറക്കില്ലെന്നും ഗളിവർ പറഞ്ഞു. ഗളിവർ നാട്ടിലേക്ക് തിരിക്കാനുള്ള എല്ലാ ഏർപ്പാടുകളും രാജാവ് ഇതിനകം പൂർത്തിയാക്കിക്കഴിഞ്ഞിരുന്നു. വള്ളം തയാറായി. വിലപിടിപ്പുള്ള ആഭരണങ്ങളും രത്നങ്ങളും ഗളിവറുടെ കുട്ടികൾക്ക് കളിക്കാനായി കളിക്കോപ്പുകളും രാജാവ് നൽകി. പക്ഷേ, ആഭരണങ്ങളൊന്നും തന്നെ ഗളിവറുടെ കുട്ടികൾക്കുപോലും അണിയാൻ പറ്റാത്തത്ര ചെറുതായിരുന്നു. തിരക്കിനിടയിൽ രാജാവതോർത്തില്ല. എന്നാൽ തന്നോടുള്ള അതിരറ്റ സ്നേഹത്തിന്റെ ഭാഗമായി ലഭിച്ച അമൂല്യ മുദ്രയായി ഗളിവർ അവ സ്വീകരിച്ചു.

5

പർവതത്തോളം ഉയരമുള്ള മനുഷ്യർ

എവിടെനിന്നോ ഒഴുകിവന്നെത്തിയ തോണിയിൽ രണ്ടുദിവസമായി ഗളിവർ തുഴയുകയാണ്. കൈയിൽ വടക്കുനോക്കിയന്ത്രമുള്ളതുകൊണ്ട് ദിക്ക് അറിയാം. ബ്ലഫസ്കുകാർ നൽകിയ ആഹാരവും വീഞ്ഞുമുള്ളതുകൊണ്ട് ക്ഷീണമറിഞ്ഞില്ല. മുന്നിൽ അനന്തമായ കടൽ. മനുഷ്യരാരെയും കാണുന്നില്ല. അജ്ഞാതമായ സ്ഥലം. പക്ഷേ, മനസിൽ ഒരൊറ്റ ചിന്ത മാത്രമേ ഉണ്ടായിരുന്നുള്ളൂ. നാട്ടിലെത്തണം. അപ്പോഴാണ് അങ്ങകലെ ഒരു വലിയ പൊട്ടുപോലെ ഒന്ന് കണ്ണിൽപ്പെട്ടത്. ഒരു കപ്പലാണോ അത്. ദൈവമേ,

"ഹൂ.... ഹൂയ്.... ഹൂ.... ഹൂയ്"

ഗളിവർ ഒരു ഭ്രാന്തനെപ്പോലെ ഉച്ചത്തിൽ കൂവി. കപ്പലിൽ ആളുകളുണ്ട്. പക്ഷേ തന്റെ കൂവൽ അവർ കേട്ടില്ലെന്നു തോന്നി. ഗളിവർ തന്റെ വഞ്ചിയിലുള്ള വസ്ത്രങ്ങളെടുത്ത് ഉയർത്തിക്കാണിച്ചു. കൈകൊട്ടി. കുറെനേരം കഴിഞ്ഞപ്പോൾ ഭാഗ്യത്തിന് കപ്പിത്താൻ ഗളിവറെ കണ്ടു. കപ്പലിലെ യാത്രക്കാർ ഗളിവറെ സൂക്ഷിച്ചുനോക്കി. ഒരു കടൽക്കൊള്ളക്കാരനെ നോക്കുംപോലെ. പക്ഷേ, കപ്പിത്താൻ കൊടി ഉയർത്തിക്കാണിച്ചു. ഗളിവറുടെ തോണിയുടെ അടുത്തേക്ക് കപ്പൽ നീങ്ങി. കപ്പലിലേക്ക് ചാടാൻ കപ്പിത്താൻ ആംഗ്യം കാണിച്ചു. രാജാവ് തന്ന പശുക്ക

ളെയും ആടുകളെയും മറ്റും പോക്കറ്റിലിട്ട് ഗളിവർ കപ്പലിലേക്ക് എടുത്തുചാടി. ഇംഗ്ലീഷുകാരുടെ കപ്പലായിരുന്നു അത്. കപ്പിത്താൻ നല്ല സ്നേഹമുള്ള ആളായിരുന്നു. അയാൾ ഗളിവർക്ക് കപ്പലിൽ വേണ്ട സഹായങ്ങളെല്ലാം ചെയ്തുകൊടുത്തു. എവിടുന്നുവരുന്നുവെന്നും എങ്ങോട്ടാണ് പോകുന്നതെന്നും അയാൾ അന്വേഷിച്ചു. ഗളിവർ തന്റെ യാത്രാനുഭവങ്ങൾ വിവരിച്ചു. കപ്പിത്താൻ അതൊക്കെ കേട്ട് അമ്പരന്നു. യാത്രക്കാർക്കും വളരെ രസമായി. പക്ഷേ, അവർക്കതൊക്കെ കഥയായിട്ടേ തോന്നിയുള്ളൂ. ഗളിവർക്ക് വട്ടാണെന്ന് അവർ പറഞ്ഞു. ലില്ലിപ്പുട്ട് എന്ന ഒരു രാജ്യത്തെപ്പറ്റിയും അവിടത്തെ കൊച്ചുമനുഷ്യരെപ്പറ്റിയുമുള്ള കഥകൾ പക്ഷേ അവർക്കെല്ലാം ഇഷ്ടമായി.

താൻ പറയുന്നതൊക്കെ സത്യമാണെന്ന് ഗളിവർ പറഞ്ഞപ്പോൾ അവർ ആർത്തുചിരിച്ചു. നൃത്തം ചെയ്തു. പക്ഷേ, ഗളിവർ തന്റെ പോക്കറ്റിൽനിന്ന് പശുക്കളെയും ആടിനെയും എടുത്ത് അവരെ കാണിച്ചു. അതുകണ്ട് അവരെല്ലാം അന്തംവിട്ടുപോയി. അങ്ങനെ ഗളിവറുടെ കഥ സത്യമാണെന്ന് അവർ വിശ്വസിക്കാൻതുടങ്ങി. ഗളിവർ ഒന്നും വിട്ടുകളയാതെ എല്ലാം വിവരിച്ചുകൊടുത്തു. യാത്രക്കാരുടെ ആട്ടവും പാട്ടുമെല്ലാം നിലച്ചു. കളി കാര്യമായി. ഗളിവറുടെ പക്കലുള്ള ആഭരണങ്ങളും രാജ്ഞി നൽകിയ വസ്ത്രങ്ങളും കണ്ട് അവർ അമ്പരന്നു. അങ്ങനെയിരിക്കെ കപ്പലിലെ ഒരു എലി ഗളിവറുടെ പശുവിനെ കടിച്ചുമുറിച്ചു തിന്നത് വലിയ സങ്കടമായി ഗളിവർക്ക്. ചില ആടുകളെയും എലികൾ തിന്നുകഴിഞ്ഞിരുന്നു.

ബാക്കിയുള്ളവയെ ഒരു കൂട്ടിൽ സംരക്ഷിച്ചു; കപ്പലിലെ ജീവിതം സന്തോഷപൂർണമായിരുന്നു, ഗളിവർക്ക്. അങ്ങനെ ദിവസങ്ങളും മാസങ്ങളും നീണ്ട യാത്രയ്ക്കൊടുവിൽ ഗളിവർ നാട്ടിലെത്തി. ഒരു രാത്രിയിലായിരുന്നു ഗളിവർ നാട്ടിലെത്തിയത്. തീരമണഞ്ഞ് യാത്രക്കാരോടും കപ്പിത്താനോടും വിട പറഞ്ഞ്, ഗളിവർ തന്റെ വീട്ടിലേക്കു കുതിച്ചു. കതകിൽ മുട്ടിവിളിച്ചു. അസമയത്ത് കേട്ട ശബ്ദം വീട്ടുകാരെ പരിഭ്രാന്തരാക്കി. കുട്ടികളും പത്നിയും ജനലഴികളിലൂടെ ആ മുഖം കണ്ടു.

“അച്ഛൻ”.... കുട്ടികൾ അമ്പരപ്പോടെ പറഞ്ഞു. വാതിൽ തുറന്ന ഭാര്യ ഇടിവെട്ടേറ്റപോലെ നിന്നുപോയി. സ്വപ്നമാണോ

യാഥാർഥ്യമാണോ എന്നറിയാതെ അവൾ കുഴങ്ങി. നിമിഷങ്ങൾക്കകം സമചിത്തത വീണ്ടെടുത്ത് അവൾ ഗളിവറെ ആലിംഗനം ചെയ്തു. കുട്ടികളും അച്ഛനെ കെട്ടിപ്പിടിച്ച് പൊട്ടിക്കരഞ്ഞു. ഗളിവർ കപ്പലപകടത്തിൽ മരിച്ചുപോയെന്നാണ് ഗളിവറുടെ പത്നി കരുതിയിരുന്നത്. മരിച്ച ആൾ തിരിച്ചുവന്നതുപോലെയായിരുന്നു, അവൾക്ക്. ഗളിവറെ തെരുതെരാ ഉമ്മവച്ചു.

ആഹ്ലാദകരമായിരുന്നു ആ കൂടിച്ചേരൽ. ഗളിവർ തന്റെ യാത്രയെക്കുറിച്ചെല്ലാം അവരോട് വിശദമായി പറഞ്ഞു. അങ്ങനെ മാസങ്ങൾ കടന്നുപോയി. ഗളിവറുടെ കുടുംബാന്തരീക്ഷം വളരെ രസകരമാണ്. കുട്ടികളോടൊപ്പം കളിക്കുകയെന്നതാണ് ഗളിവർക്ക് വീട്ടിലുള്ള പ്രധാന വിനോദം. ലില്ലിപ്പുട്ടിലെ അനുഭവങ്ങൾ മുഴുവൻ ഗളിവർ കുട്ടികൾക്ക് അഭിനയിച്ചു കാണിച്ചുകൊടുക്കും. കുട്ടികൾ ലില്ലിപ്പുട്ടുകാരായി അഭിനയിക്കും. പക്ഷേ, ഈ സന്തോഷങ്ങൾക്കെല്ലാമിടയിലും ഗളിവറുടെ ഹൃദയം എന്തിനോ വേണ്ടി തുടിക്കും. എന്താണ് ഒരസ്വസ്ഥതയെന്ന് ഗളിവർ സ്വന്തം മനസിനോട് ചോദിക്കും. അസ്വസ്ഥതയുടെ കാരണമെന്തെന്ന് ഗളിവർക്ക് മനസിലായി. കടൽയാത്ര ചെയ്യണം. ലില്ലിപ്പുട്ടിലെ വേദനിപ്പിക്കുന്ന അനുഭവങ്ങൾക്കൊന്നും ആ സഞ്ചാരതൃഷ്ണയെ ഇല്ലാതാക്കാനായില്ല. മനസില്ലാ മനസോടെ കുട്ടികളും ഭാര്യയും ഗളിവർക്ക് വിട നൽകി.

'അഡ്വഞ്ചർ' എന്ന കപ്പലിലാണ് ഗളിവറുടെ യാത്ര. ഇന്ത്യയിലേക്ക് പോവാൻ നിയോഗിക്കപ്പെട്ട കപ്പലായിരുന്നു അത്. ഗളിവർ കപ്പലിൽ കയറി. ഭാര്യയും കുട്ടികളും കൈകളുയർത്തി യാത്രാമംഗളം നേർന്നു.

വളരെ ഉല്ലാസകരമായിരുന്നു ഗളിവറുടെ യാത്ര. ഏറെ ദിവസത്തെ യാത്രയ്ക്കുശേഷം ഗളിവറുടെ കപ്പൽ ഒരു ദ്വീപിന്റെ തീരത്തെത്തി. കടൽ പ്രക്ഷുബ്ധമായിരുന്നു. കാറ്റ് അലറിവീശാൻ തുടങ്ങി. ആർത്തിരമ്പുന്ന തിരമാലകൾ. ഒരുവിധം മൊലുക്കാ ദ്വീപിനടുത്തെത്തി. ക്രമേണ കടൽ ശാന്തമായി. പക്ഷേ ആ ശാന്തത അധികനേരം നീണ്ടുനിന്നില്ല. രാത്രി കടൽ വീണ്ടും അലറിവിളിച്ചു. കടൽ പ്രക്ഷുബ്ധമാകുമ്പോൾ കപ്പൽ ആടിയുലയും. ഒരു നിമിഷംകൊണ്ട് എല്ലാം തീർന്നുവെന്ന് കരുതും. ഞാണിന്മേൽ കളിപോലെയാണ് പായ്ക്കപ്പലിലെ യാത്ര.

ജീവൻ പണയംവെച്ചുള്ള കളി. ഏതു നിമിഷവും എന്തും സംഭവിക്കാം. പക്ഷേ, ഭീതിജനകമായ ഈ യാത്രയ്ക്കിടയിലും എന്തോ ഒരജ്ഞാതമായ പ്രേരണ, യാത്രികനെ മുന്നോട്ടുനയിക്കും. കടൽയാത്ര ഒരു ലഹരിയാണ്. അപായങ്ങളെപ്പോലും നേരിടാനുള്ള ഒരു ധൈര്യമായി കരുത്തായി ലഹരി മാറുന്നതുപോലെ, ഈ ആന്തരിക പ്രേരണ ഗളിവർക്ക് വഴി കാണിക്കുന്നു. മാസങ്ങൾ പിന്നിട്ട യാത്ര. ആഹാരവും മറ്റും കപ്പലിൽ സൂക്ഷിക്കും. എന്നാൽ കുടിക്കാനുള്ള വെള്ളം തീർന്നിരിക്കുന്നു. ഏതെങ്കിലും ദ്വീപിലെത്തിയാൽ അവിടത്തെ കാട്ടുപൊയ്കകൾ തേടി അലയും. അതിലും ഉപ്പുരസമായിരിക്കും. എങ്കിലും അത് കുടിച്ച് ശീലിക്കും. യാത്ര കുറെ നീണ്ടുകഴിഞ്ഞാൽ കര കാണാൻ വേണ്ടിയുള്ള അടങ്ങാത്ത മോഹമായിരിക്കും. എവിടെയെങ്കിലും ഒരു കിളി ചിലയ്ക്കുന്നതു കേൾക്കുമ്പോൾ ഹൃദയത്തിൽ ആഹ്ലാദം അലതല്ലും. മനുഷ്യവാസമുള്ള സ്ഥലമുണ്ടോ എന്നറിയാൻ കണ്ണുകൾ പരതും. എവിടെയെങ്കിലും പുകച്ചുരുളുകൾ ഉയരുന്നുണ്ടോ. ജീവന്റെ എന്തെങ്കിലും ശേഷിപ്പ് കാണുമ്പോൾ സമാധാനമാണ്. അങ്ങനെ യാത്രചെയ്യവെ, ഒരു ജൂൺമാസം കപ്പലിന്റെ മുകളിൽനിന്ന് ഒരു ബാലൻ വിളിച്ചുകൂവി:

"ഹൂ.... ഹൂയ്...."

യാത്രക്കാരെല്ലാം നിശ്ചലരായി നിന്നുപോയി. കണ്ണിൽ ആഹ്ലാദത്തിന്റെ തിരയിളക്കം. അങ്ങകലെ കരകാണുന്നു. പച്ചപ്പന്തലിട്ട ഒരു ദ്വീപ് കാണുന്നു. കപ്പൽയാത്രക്കാർ ആഹ്ലാദംകൊണ്ട് ആടിപ്പാടി. കപ്പൽ മെല്ലെ തീരമണഞ്ഞു. ഒരു ചെറിയ വള്ളത്തിൽ കയറി കപ്പിത്താനും കുറച്ചു യാത്രക്കാരും കരയിലേക്കു നീങ്ങി. കരയിലെത്തിയ യാത്രക്കാർ അവിടത്തെ പൂഴിമണ്ണിൽ കിടന്നുരുണ്ടു. ആ യാത്രക്കാരുടെ കൂട്ടത്തിൽ ഗളിവറുമുണ്ടായിരുന്നു. ഗളിവർക്ക് ആ ദ്വീപ് കണ്ടപ്പോൾ ആഹ്ലാദമടക്കാൻ കഴിഞ്ഞില്ല. അയാൾ അവിടത്തെ ചെടികളുടെ ഇലകൾ പറിച്ചും പൂക്കൾ ശേഖരിച്ചും കിളികളോട് കിന്നാരം പറഞ്ഞും നടന്നു, കാടിനകത്തേക്ക്. ഏറെനേരം നടന്നപ്പോഴാണ് താൻ കൂട്ടം തെറ്റിയെന്നറിഞ്ഞത്. അപ്പോഴാണ് ഒരു വലിയ പാറ തന്റെ ശ്രദ്ധയിൽപ്പെട്ടത്. ഗളിവർ അതിന്റെ മുകളിൽ കയറി. കപ്പലും അതിലെ യാത്രക്കാരെയും കാണുന്നുണ്ട്. അപ്പോഴാണ് ഗളിവർ ആ

അത്ഭുതം കാണുന്നത്. എന്താണത്? ആനയാണോ. ആനയുടെ തുമ്പിക്കൈയാണെന്നു തോന്നുന്നു. ഗളിവർ മെല്ലെ തൊട്ടു നോക്കി. എച്ച്...ചൂം. ഒറ്റ ചീറ്റൽ. അത് ഒരു ഭീകരജീവി തുമ്മിയതാണ്. ഗളിവർ സൂക്ഷിച്ചുനോക്കി. അത് തുമ്പിക്കൈയല്ല, മൂക്കാണ് ഒരു രാക്ഷസന്റെ മൂക്ക്. ഒരു പർവതത്തോളം വലുപ്പമുള്ള ഒരു രാക്ഷസ മനുഷ്യൻ. താൻ സ്വപ്നം കാണുകയാണോ. ഗളിവർക്ക് വിശ്വാസമായില്ല. ലില്ലിപ്പുട്ടിലെ കൊച്ചുമനുഷ്യർ തന്നെയെങ്ങനെയാണോ അമ്പരപ്പോടെ നോക്കിയത്, അതുപോലെ ഗളിവർ ആ രാക്ഷസനെ കണ്ട് മിഴിച്ചുനിന്നു. രാക്ഷസമനുഷ്യന്റെ കണ്ണിന് ഒരു വലിയ ചെമ്പിനോളം വലുപ്പമുണ്ട്. ആ പർവത മനുഷ്യൻ ഉറങ്ങുകയായിരുന്നു. ഗളിവറുടെ ചൂളം വിളിയും പാട്ടുമൊക്കെയാവാം ആ രാക്ഷസനെ ഉണർത്തിയത്. ഉണർന്ന ഭീകരൻ ഗളിവറെ നോക്കി. സിംഹം ഇരയെക്കണ്ടപോലെ അയാൾ ഗളിവറെ തറപ്പിച്ചുനോക്കി മുരണ്ടു. ഗളിവർ ഓടെടാ ഓട്ടം. ഓട്ടത്തിനിടയിൽ കാട്ടുവള്ളികളിൽ കാൽപിണഞ്ഞ് പലതവണ വീണു. മുള്ളുകൊണ്ട് ശരീരം കീറി. അങ്ങനെ ഓടിക്കിതച്ച ഗളിവർ ഒരു കുന്നിൻമുകളിൽ കയറിനിന്നു. അവിടെയാണ് ജീവിതത്തിലൊരിക്കലും കാണാത്ത രീതിയിലുള്ള ഒരു കാട് ഗളിവർ കണ്ടത്. അംബരചുംബികളായ ഭീമൻ വൃക്ഷങ്ങൾ നിറഞ്ഞ കാട്. അവിടത്തെ പക്ഷികൾക്ക് ഹെലികോപ്ടറുകളുടെ വലുപ്പമുണ്ടായിരുന്നു. കുടയോളം വലുപ്പമുള്ള പൂക്കൾ. മയിലിനോളം വലുപ്പമുള്ള ചിത്രശലഭങ്ങൾ. ആ പർവതവൃക്ഷങ്ങൾക്കു താഴെ നമ്മുടെ സാധാരണ വനവൃക്ഷങ്ങളുടെ വലുപ്പമുള്ള ഗോതമ്പുചെടികൾ. രാക്ഷസമനുഷ്യരുടെ പാടമാണത്. രാക്ഷസമനുഷ്യരുടെ ആവാസഭൂമിയാണ്. ഗളിവർ ആ പാടത്തിലൂടെ ഇറങ്ങിനടന്നു. ഗളിവർ ആ പാടത്തിലൂടെ നടക്കുമ്പോൾ ഒരെലിയാണെന്നേ തോന്നൂ. അങ്ങനെ ആ പാടത്തിലൂടെ വളരെദൂരം ഗളിവർ നടന്നു. പിന്നെ ഓട്ടമായി. അതിനിടയിൽ തലയിൽ എന്തോ ഒന്ന് വീണു. ഗളിവർ ആകെ പകച്ചുനിന്നുപോയി. ഒരു പൂവായിരുന്നു അത്. ഒരു വലിയ തൊപ്പിക്കുടയോളം വലുപ്പമുള്ള വയലറ്റ് നിറമാർന്ന പൂവ്. അതിന്റെ ഗന്ധമേറ്റ് ഗളിവർക്ക് മയക്കം വന്നു എന്നു പറഞ്ഞാൽ മതിയല്ലോ. ഗളിവർ ആ ഭീമൻ പൂവ് തലയിൽ ചൂടി. മനോഹരമായ അതി

ന്റെ ഇതളുകളിൽ തലോടി നൃത്തം ചെയ്തുകൊണ്ടാണ് ഗളിവർ നടന്നത്. ചക്കയോളം വലുപ്പമുള്ള പഴങ്ങൾ വീണുകിടക്കുന്നുണ്ടായിരുന്നു. ഈ വക പഴങ്ങൾ ഭൂമിയിലുണ്ടോ. ഈ വക വൃക്ഷങ്ങൾ ഭൂമിയിലുണ്ടോ, എന്റെ ദൈവമേ! ഞാനെത്ര ഭാഗ്യവാനാണ്. ഇതെല്ലാം ഞാൻ ലോകത്തോടു പറഞ്ഞാൽ ആരു വിശ്വസിക്കും. ഞാൻ കള്ളനാവില്ലേ; സ്വന്തം മനസിനെത്തന്നെ വിശ്വസിപ്പിക്കാൻ പാടുപെടുകയായിരുന്നു, ഗളിവർ. അപ്പോഴാണ്. മറ്റൊരു രാക്ഷസമനുഷ്യൻ ഗളിവറുടെ അടുത്തേക്ക് വന്നത്. കോഴിക്കുഞ്ഞിനെ റാഞ്ചാൻവരുന്ന പരുന്തിനെപ്പോലെ രാക്ഷസമനുഷ്യൻ തന്നെ ലക്ഷ്യമാക്കി വരികയാണ്. ഒരു കോഴിക്കുഞ്ഞിനെപ്പോലെ ഗളിവർ 'ഗോതമ്പുവൃക്ഷ'ങ്ങൾക്കുള്ളിൽ ഒളിച്ചിരുന്നു. കരിമ്പനപോലുള്ള രണ്ട് ഭീമൻ കാലുകൾ മാത്രമേ ഗളിവർക്കു കാണാൻ കഴിയുന്നുള്ളൂ. ശ്വാസമടക്കിപ്പിടിച്ച് ഗളിവർ ആ കാലുകളിലേക്കു നോക്കി. ഇത്രയും വലിയ ഈ ഭീകരൻ മനുഷ്യവംശത്തിൽപ്പെട്ടതുതന്നെയോ? അയാളുടെ പിറകിൽ വേറെയും രാക്ഷസമനുഷ്യരുണ്ടെന്നു തോന്നുന്നു. ഇടിമുഴക്കംപോലുള്ള ശബ്ദമുണ്ടാക്കുന്നുണ്ടയാൾ. ഗളിവർ അടുത്തുകണ്ട പാറക്കെട്ടിനുള്ളിലേക്ക് ഇഴഞ്ഞു. അപ്പോഴാണ് അഞ്ചുപത്ത് രാക്ഷസമനുഷ്യർ അട്ടഹസിച്ചുകൊണ്ടുവരുന്നത് ഗളിവറുടെ ശ്രദ്ധയിൽപ്പെട്ടത്. അവരുടെ കൈകളിൽ ഭീമാകാരമായ ആയുധങ്ങളുണ്ടായിരുന്നു. അരിവാളും വെട്ടുകത്തിയുമേന്തിയാണവർ വരുന്നത്. അവർ കൃഷിക്കാരാണെന്നു തോന്നുന്നു. ഗോതമ്പ് ചെടികൾ നിറഞ്ഞ പാടങ്ങളിൽനിന്നുമാണവർ വരുന്നത്. അവർ ഗോതമ്പു കൊയ്യാൻവേണ്ടി പോവുകയാണ്. കരിമ്പനകൾപോലുള്ള ആ മനുഷ്യർ കുനിഞ്ഞുനിന്നു കൊയ്തു തുടങ്ങി. അവർ ഈണത്തിൽ പാടുന്നുണ്ട്. പക്ഷേ, അതൊരു വലിയ സൈറൺ ആയിട്ടാണ് ഗളിവർക്കു തോന്നിയത്. കൊയ്ത്തിനിടയിൽ അവർ ഉച്ചത്തിൽ ചിരിക്കുന്നുണ്ട്. ഈ മനുഷ്യർ തന്നെ കണ്ടാൽ വെറുതെ വിടുമോ. ഇവരുടെ കൈകളിലകപ്പെട്ടാൽ പൊടിപോലുമുണ്ടാവില്ല. ഇപ്പോഴാണ് ഗളിവർ ലില്ലിപ്പുട്ടിലെ കൊച്ചുകുട്ടുസന്മാരെക്കുറിച്ച് ഓർത്തുപോയത്. തന്നെ അവർ ബന്ധനസ്ഥനാക്കിയതിന്റെ പൊരുൾ ശരിക്കും മനസിലായത് ഇപ്പോഴാണ്. ഇതുപോലുള്ള ഒരു പർവതമനുഷ്യൻ ഇംഗ്ലണ്ടിൽ

വന്നുപെട്ടാൽ നാട്ടുകാർ എന്തു ചെയ്യും? മനുഷ്യരെ മുഴുവൻ പിടിച്ചുവിഴുങ്ങുന്നവനെ ചങ്ങലയിൽ തളയ്ക്കില്ലേ. ഈശ്വരാ! ഈ മനുഷ്യരുടെ കൈയിൽപ്പെട്ടു മരിക്കുന്നതിലും ഭേദം, ലില്ലിപ്പുട്ടിൽത്തന്നെ ജീവിക്കുകയായിരുന്നില്ലേ. രാക്ഷസമനുഷ്യരുടെ ദ്വീപായിരുന്നു അതെന്ന് ഗളിവർക്കറിയാമായിരുന്നില്ല. ആറിഞ്ച് വലുപ്പമുള്ള മനുഷ്യർ ലോകത്തുണ്ട് എന്ന് തനിക്കറിയുമായിരുന്നില്ലല്ലോ. ആറിഞ്ചു മനുഷ്യനെ സൃഷ്ടിച്ച ദൈവത്തിന് രാക്ഷസമനുഷ്യരെയും സൃഷ്ടിക്കാനുണ്ടോ പണി. ഗളിവർ പാറക്കെട്ടുകളിൽനിന്ന് മെല്ലെ ഊർന്നിറങ്ങി. വേഗം കടൽക്കരയിലേക്കു പോകണം. ഇടതിങ്ങിയ ആ കാട്ടിനുള്ളിലൂടെ ഗളിവർ ഓടി. വല്ലാത്ത ക്ഷീണം. അടുത്തുകണ്ട കാട്ടുപൊയ്കയിൽ ഇറങ്ങി വെള്ളംകുടിച്ച് ഗളിവർ തിരിഞ്ഞുനോക്കി. ഭയാനകമായ ആ കാഴ്ചകണ്ട് ഗളിവർ മോഹാലസ്യപ്പെട്ടുപോയി. ഭീമാകാരനായ ഒരു രാക്ഷസമനുഷ്യൻ തന്റെ പിറകിലുണ്ടായിരുന്നു. അയാൾ ഗളിവറെ തന്റെ കൈയിലെടുത്തു. ഒരപൂർവജീവിയെ കണ്ടുപിടിച്ച കൗതുകമായിരുന്നു രാക്ഷസമനുഷ്യന്റെ കണ്ണിൽ. അറുപതടിയോളം ഉയരമുള്ള ആ മനുഷ്യൻ ഗളിവറെയും കൈയിലെടുത്തു നടന്നു. കുറച്ചുനിമിഷങ്ങൾക്കകം ഗളിവർക്ക് ബോധം തിരിച്ചുകിട്ടി. കണ്ണുതുറന്നുനോക്കിയപ്പോൾ ചുറ്റും രാക്ഷസമനുഷ്യർ ഗളിവറെ സൂക്ഷിച്ചുനോക്കുന്നു. നമ്മൾ അപൂർവമായ ഏതെങ്കിലും ചിത്രശലഭത്തെ നോക്കുമ്പോലെ. ഗളിവർ കരുതിയത് തന്റെ അന്ത്യമടുത്തുവെന്നാണ്. ഭാര്യയെയും മക്കളെയും ഓർത്ത് ഗളിവറുടെ കണ്ണുകൾ നിറഞ്ഞു. “മക്കളേ, അച്ഛനോട് ക്ഷമിക്കൂ. അച്ഛന്റെ കടലിനോടുള്ള ഭ്രാന്ത് എന്നെ മരണത്തിലെത്തിച്ചു. ക്ഷമിക്കൂ.” തൂക്കുമരത്തിനുമുന്നിൽ കൈകൾ ബന്ധിക്കപ്പെട്ടു നിൽക്കുന്ന കുറ്റവാളിയെപ്പോലെ ഗളിവർ മരണത്തിനുമുന്നിൽ നിശ്ചലനായി നിന്നു. ഒന്ന്, രണ്ട്, മൂന്ന്.... നിമിഷങ്ങൾ കടന്നുപോയി. ഗളിവർ തന്റെ കണ്ണ് മെല്ലെ തുറന്നുനോക്കിയപ്പോൾ കണ്ടത് രാക്ഷസമനുഷ്യർ പുഞ്ചിരിക്കുന്നതായിരുന്നു. താരാട്ടുപാട്ടുപോലെ ഒരു ഗാനം അവർ മൂളുന്നുണ്ടായിരുന്നു. രാക്ഷസമനുഷ്യർ ഗളിവറെ ഒരു മേശപ്പുറത്തായിരുന്നു നിർത്തിയിരുന്നത്. ഒരു വലിയ പാലത്തോളം വലുപ്പമുണ്ടായിരുന്നു ആ മേശയ്ക്ക്. ഗളിവർ ആ മേശപ്പാലത്തിൽ

നിന്ന് അങ്ങോട്ടുമിങ്ങോട്ടും നടന്നുകാണിച്ചുകൊടുത്തു. താനൊരു ഇഴജന്തുവോ മറ്റോ ആണെന്ന് രാക്ഷസമനുഷ്യർ തെറ്റിദ്ധരിക്കാൻ പാടില്ലല്ലോ. ഇതുകണ്ട് രാക്ഷസമനുഷ്യർക്ക് കൗതുകം കൂടി. പിന്നെ ഗളിവറോട് പാട്ടുപാടാൻ ആവശ്യപ്പെട്ടു. രാക്ഷസമനുഷ്യരുടെ ഭാഷ ഗളിവർക്ക് മനസിലായിരുന്നില്ല. അവർ ഒരു പാട്ടുപാടിയശേഷം രണ്ടുകൈകൾകൊണ്ടും എന്തോ ആംഗ്യം കാണിച്ചു. അപ്പോൾ ഗളിവർക്ക് സംഗതി പിടികിട്ടി. രാക്ഷസമനുഷ്യരുടെ കോറസ് ഗാനം കേട്ട് ഗളിവർ ഞെട്ടിപ്പോയി. രണ്ടു ചെവികളും പൊത്തിപ്പിടിച്ചിട്ടും ഇടിനാദംപോലെ അത് ഗളിവറെ ഭീതിദനാക്കി. പിന്നെ ഗളിവർ പാടി. ഗളിവറുടെ നേർത്ത സ്വരം പിടിച്ചെടുക്കാൻ രാക്ഷസമനുഷ്യർക്ക് നന്നേ പാടുപെടേണ്ടിവന്നു. എങ്കിലും അതവർക്കു രസമായി. പിന്നെ അവർ ആവശ്യപ്പെടാതെതന്നെ സർക്കസിലെ കോമാളിയെപ്പോലെ ഗളിവർ പലതും കാണിച്ചു. രാക്ഷസമനുഷ്യർ പൊട്ടിച്ചിരിച്ചു. അവിടെ രാക്ഷസമനുഷ്യരുടെ ഭാര്യമാരും ഉണ്ടായിരുന്നു. അവരെല്ലാം അർധനഗ്നരായിരുന്നു. വലിയ രത്നക്കല്ലുകൾ പതിച്ച മാലകൾ അവരണിഞ്ഞിരുന്നു. പുരുഷന്മാരുടെ കഴുത്തിലും ആഭരണങ്ങളുണ്ടായിരുന്നു. അതിലെ പ്രധാനിയെന്നു തോന്നിപ്പിക്കുന്ന ഒരാളുണ്ടായിരുന്നു. അയാളുടെ തലയിൽ ഒരു ചുവന്ന കെട്ടുണ്ടായിരുന്നു. അയാൾ ഗളിവറെ കൈയിലെടുത്തു. ഗളിവർ ആകാശത്തേക്കുയർന്നു. അയാളുടെ കൈയുടെ വിടവിലൂടെ നോക്കിയപ്പോൾ ഗളിവർക്ക് തലചുറ്റുന്നതായി തോന്നി. ഗളിവറുടെ പരിഭ്രമം കണ്ട ആ മനുഷ്യൻ ഗളിവറെ ഒരു തൂവാലയിൽ പൊതിഞ്ഞു നെഞ്ചോടുചേർത്തു പിടിച്ചു. മുളങ്കുറ്റികൾ പോലുള്ള അയാളുടെ നെഞ്ചിലെ രോമങ്ങൾ ഗളിവറെ നോവിക്കാതിരിക്കാൻ അയാൾ ഒരു മുണ്ട് തോളിലിട്ടു. അങ്ങനെ പത്തിരുപതോളം രാക്ഷസമനുഷ്യരുടെ അകമ്പടിയോടെ അയാൾ ഗളിവറെയുംകൊണ്ടു നടന്നു. മുമ്പുണ്ടായിരുന്ന പേടി ഇപ്പോൾ ഗളിവർക്കുണ്ടായിരുന്നില്ല. കാരണം, അവർ അപകടകാരികളല്ലെന്നു ബോധ്യമായി. ഗളിവറെയുംകൊണ്ട് അവർ അവിടത്തെ ഒരു മൈതാനത്തിലെത്തി. അവിടെയുള്ള ഒരു പാറക്കെട്ടിൽ അവരയാളെ പ്രദർശനത്തിനുവെച്ചു. അനേകം രാക്ഷസമനുഷ്യർ ഗളിവറെ കാണാനെത്തി. വന്നവർ വന്നവർ കാഴ്ചബംഗ്ലാവ്

സന്ദർശിക്കുംപോലെ അത്ഭുതവും ആവേശവും തുളുമ്പുന്ന കണ്ണുകളോടെ ഗളിവറെ നിരീക്ഷിച്ചു. ഒരാൾ ഒരു വൃദ്ധനായിരുന്നു. അയാൾക്ക് കാഴ്ചശക്തി അൽപ്പം കുറവായതിനാൽ ഒരു ലെൻസ് വെച്ചാണ് ഗളിവറെ നോക്കിയത്. ഗളിവർക്ക് സങ്കടം സഹിക്കാനായില്ല. വൃദ്ധ രാക്ഷസമനുഷ്യൻ മുട്ടുകുത്തിയിരുന്നിട്ടാണ് ഗളിവറെ നിരീക്ഷിച്ചത്. നേരം വൈകുന്നേരമായപ്പോൾ രാക്ഷസമനുഷ്യൻ ഗളിവറെയുമെടുത്ത് വീട്ടിലേക്ക് യാത്രയായി. രാക്ഷസമനുഷ്യരുടെ മൂപ്പന്റെ വീട്ടിലാണ് ഗളിവർക്കു താമസമൊരുക്കിയിരുന്നത്. മൂപ്പന്റെ ഭാര്യയും കുട്ടികളുമെല്ലാം ഗളിവറെ കാത്തിരിക്കുകയായിരുന്നു. ഗളിവർക്ക് അവർ ആഹാരം തയാറാക്കിയിരുന്നു. മുപ്പതടി ചുറ്റളവുള്ള പാത്രത്തിൽ ഇറച്ചി. വലിയൊരു ഗ്ലാസിൽ (വീപ്പയിൽ) വീഞ്ഞ്. വളരെ ചെറിയ അളവിൽ ഭക്ഷണം കഴിക്കുന്ന ഗളിവറെ കണ്ട് അവിടത്തെ കുട്ടികൾക്ക് കൗതുകമൂറി. മേശപ്പുറത്ത് ഗളിവറെ കയറ്റിവെച്ചതായിരുന്നു. രാക്ഷസമനുഷ്യർ കസേരയിൽ ഇരിക്കുകയാണ്. മേശപ്പുറത്തുനിന്നും ഭക്ഷണം കഴിച്ചുകൊണ്ടിരിക്കെ അവിടെ ഒരീച്ച ഇറച്ചിക്കഷണത്തിനു മുകളിൽ ഇരിക്കുന്നുണ്ടായിരുന്നു. ഗളിവർ അതിനെ കണ്ടിരുന്നില്ല. ഈച്ചയ്ക്ക് ഒരു വലിയ കോഴിയോളം വലുപ്പം വരും. ആ കോഴിയീച്ച പറന്ന് രാക്ഷസമനുഷ്യന്റെ ഇളയകുട്ടിയുടെ ചുമലിൽ വന്നിരുന്നു. ഇതൊന്നും ഗളിവർ കണ്ടിരുന്നില്ല. അത്രമാത്രം പാത്രങ്ങളും മറ്റും നിറഞ്ഞ മേശപ്പുറത്താണ് ഗളിവർ ഇരുന്നത്. പെട്ടെന്ന് ഒരു ശബ്ദം കേട്ട് ഗളിവർ ഞെട്ടിപ്പോയി. മുകളിലോട്ടു നോക്കിയപ്പോൾ രാക്ഷസന്റെ മകളുടെ ചുമലിൽനിന്നും കോഴിയീച്ച മേശപ്പുറത്തു വീഴുന്നതാണ് കണ്ടത്. കുട്ടി ഈച്ചയെ അടിച്ചുകൊന്നതായിരുന്നു. കഴിച്ച ഭക്ഷണം കാളിപ്പോയി, ഗളിവർക്ക്. ഗളിവറെ അവിടത്തെ കുട്ടികൾ കൈയിലെടുത്ത് ചുംബിച്ചു. ഗളിവർക്കു ഭയമായി. രാക്ഷസമനുഷ്യൻ കണ്ടാലോ. പക്ഷേ, രാക്ഷസമനുഷ്യൻ കാൺകെയും ആ കുട്ടികൾ ഗളിവറെ തെരുതെരാ ചുംബിച്ചു. പെൺകുട്ടികളെ മുതിർന്നവർ ശാസിക്കുകയും തല്ലുകയും ചെയ്യുമെന്നാണ് ഗളിവർ കരുതിയത്. പക്ഷേ, ആ രംഗം കണ്ട് അവർ ചിരിക്കുകയായിരുന്നു. ഒരു പോത്തിനെക്കാൾ വലുപ്പമുള്ള ഒരു പൂച്ച രാക്ഷസമൂപ്പന്റെ ഭാര്യയുടെ മടിയിലിരിക്കുന്നുണ്ടായിരുന്നു. അപ്പോൾ ഗളിവർ

അവിടെ കണ്ട മറ്റൊരു കാഴ്ച അമ്പരപ്പിക്കുന്നതായിരുന്നു. രണ്ടു ചാക്കിന്റെ വലുപ്പത്തിൽ എന്തോ ഒന്ന് വലിയൊരു ചങ്ങലയിൽ തൂങ്ങിക്കിടക്കുന്നു. എന്താണത്, ആലോചിച്ചിട്ട് ഒരെത്തും പിടിയും കിട്ടിയില്ല. അപ്പോഴാണ് ഒരു സ്ത്രീ അതിൽനിന്നും ഒരു കുട്ടിയെ എടുത്ത് തോളത്തിട്ടത്. തൊട്ടിലായിരുന്നു അത്. ആ കുഞ്ഞ് കരയാൻ തുടങ്ങിയപ്പോൾ സ്ത്രീ അവനെ മേശപ്പുറത്തുവെച്ചു. മേശപ്പുറത്തിരിക്കുന്ന ഗളിവറെ ആ കുഞ്ഞ് എടുത്തു പൊക്കി അവന്റെ വായിലിടാൻ ശ്രമിക്കവെ, ഗളിവർ ഭയന്നു നിലവിളിച്ചു. അതുകേട്ട് ആ സ്ത്രീ കുട്ടിയുടെ കൈയിൽനിന്നും ഗളിവറെ മോചിപ്പിച്ചു. അതുകണ്ട് സഹികെട്ട് കുട്ടിയുടെ അച്ഛൻ ഒരു ഈർക്കിലി എടുത്ത് കുട്ടിയുടെ കാലിൽ അടിക്കാൻ നോക്കി. ആ ഈർക്കിലിക്ക് ഒരു ചെറിയ മുളന്തുണ്ടിനോളം വലുപ്പമുണ്ടായിരുന്നു. രാത്രിയായപ്പോൾ ഗളിവറെ അവർ കിടപ്പറയിൽ കിടത്തി. നല്ല ക്ഷീണമുണ്ടായിരുന്നു ഗളിവർക്ക്. ഉറക്കം കണ്ണുകളെ തഴുകി. ഒരു സാധാരണ സ്റ്റേജിനോളം വലുപ്പമുള്ള ആ കട്ടിലിൽ രാക്ഷസസ്ത്രീയുടെ അടുത്താണ് ഗളിവർ കിടന്നത്. ആ രാക്ഷസശയ്യയിൽ കിടന്ന് അന്നു രാത്രി ഗളിവർ സുഖമായുറങ്ങി.

6

ഒരു അപൂർവ സ്നേഹബന്ധത്തിന്റെ കഥ

പിറ്റേന്ന് പ്രഭാതമായപ്പോൾ ഭയങ്കരമായ ഒരു നിലവിളി കേട്ട് ഗളിവർ ഞെട്ടിയുണർന്നു. അത് അവിടത്തെ കോഴി കൂവിയതായിരുന്നു. ദിവസങ്ങൾക്കുള്ളിൽ ഗളിവർക്ക് അതൊന്നും പ്രശ്നമല്ലാതായി. ഗളിവർ ആ കുടുംബത്തിലെ ഉറ്റ അംഗമായി മാറിക്കഴിഞ്ഞിരുന്നു. ആ രാജ്യത്തിന്റെ പേര് ബ്രോബ്ഡിങ്നാഗ് എന്നായിരുന്നു. ലില്ലിപ്പുട്ടിലെത്തിയപ്പോൾ ഗളിവർ കരുതിയത് അതാണ് ലോകത്തിലെ ഏറ്റവും അത്ഭുതമെന്നാണ്. എന്നാൽ ബ്രോബ്ഡിങ്നാഗിലെത്തിയപ്പോൾ ആ ധാരണ മാറി. പർവതാകാരം പൂണ്ട മനുഷ്യർ. അവരുടെ പടുകൂറ്റൻ വീട്ടുമൃഗങ്ങൾ. എന്നാൽ അതിനേക്കാൾ അത്ഭുതം അവരുടെ സ്നേഹപൂർണമായ പെരുമാറ്റമായിരുന്നു. ഗളിവർക്ക് അവരോട് എന്തെന്നില്ലാത്ത അടുപ്പം തോന്നി.

രാക്ഷസമൂപ്പന്റെ വീട്ടിലെ കുട്ടികളെല്ലാം ഗളിവറുടെ കൂട്ടുകാരായി. തത്തയെ ചുമലിൽ കൊളുത്തി കൊണ്ടുപോകുംപോലെ കുട്ടികൾ ഗളിവറെയും ചുമലിൽവെച്ച് നടക്കാൻതുടങ്ങി. ഗളിവർക്കിപ്പോൾ അവരുടെ ചുമലിലിരിക്കുന്നതിൽ പേടിതോന്നാറില്ല. കുട്ടികൾ ഗളിവർക്ക് പാട്ടു പാടിക്കൊടുക്കും. പകൽ കാട്ടിൽപ്പോയി പഴങ്ങൾ പറിച്ചു കൊടുക്കും. നദികളും പൊയ്കകളും കാട്ടിക്കൊടുക്കും. കാട്ടുപൊയ്കയിൽ കുളിപ്പിക്കും.

ക്ഷീണം തോന്നുമ്പോൾ ഗളിവറെ തൊട്ടിലിലിട്ട് ആട്ടും. ആനന്ദപൂർവവും ഉല്ലാസകരവുമായ ജീവിതമായിരുന്നു ഗളിവർക്കവിടെ.

ഒമ്പതു വയസ് പ്രായമുള്ള ഗ്ലൺഡൽക്ലിച്ച് എന്ന പെൺകുട്ടിയായിരുന്നു ഗളിവറെ ഏറ്റവും സ്നേഹിച്ചിരുന്നത്. അവൾ ഗളിവറുടെ ഓമനപ്പേരു വിളിക്കും. 'ഗ്രിൽഡിഗ്' എന്നായിരുന്നു അത്. രാക്ഷസമനുഷ്യർ ഗളിവറെ കാഴ്ചബംഗ്ലാവിൽ പ്രദർശിപ്പിക്കാൻ തീരുമാനിച്ചു. ഈ വാർത്തയറിഞ്ഞ് ഗ്ലൺഡൽക്ലിച്ച് സങ്കടപ്പെട്ടു. അവളായിരുന്നു ഗളിവറെ കുളിപ്പിച്ചതും മുടിചീകിക്കൊടുത്തതും മറ്റും. ഗളിവർക്കു കരച്ചിലാണു വന്നത്. നല്ല മനുഷ്യരാണെന്നു കരുതിയ ഇവർക്കും പണത്തോടുള്ള ആർത്തിയോ. അവർ ഗളിവറെ ഒരു പെട്ടിയിലാക്കി നഗരത്തിൽ കൊണ്ടുപോയി. കുതിരപ്പുറത്തായിരുന്നു യാത്ര. കുതിരയുടെ കുതിപ്പിൽ പെട്ടികുലുങ്ങി എല്ലുകൾ നുറുങ്ങുന്നതായിത്തോന്നി ഗളിവർക്ക്. ഒരു ചന്ത ദിവസമായിരുന്നു അത്. അനേകം ആളുകൾ അവിടെ തടിച്ചുകൂടിയിരുന്നു. ചന്തസ്ഥലത്ത് ഒരു പടുകൂറ്റൻ ബോർഡ് കണ്ടു ഗളിവർ. അതിൽ എഴുതിയത് ഇതായിരുന്നു:

"പ്രിയമുള്ളവരേ, ഇന്ന് നിങ്ങൾ കാണാൻപോവുന്നത് ഒരപൂർവജീവിയെയാണ്. കണ്ടാൽ നമ്മെപ്പോലെതന്നെ കൈകാലുകളുള്ള ജീവി. നമ്മെപ്പോലെതന്നെ സംസാരിക്കുന്ന ജീവി. ഈ സംസാരിക്കുന്ന അപൂർവജീവിയെ കാണാനാഗ്രഹിക്കുന്നവർ വേഗം വേഗം വരിക. ഈ അത്ഭുതജീവിയെ കാണാനുള്ള അവസരം പാഴാക്കാതിരിക്കുക."

സർക്കസിലെ കോമാളിയെപ്പോലെ ഗളിവർ വരുന്നവരെയെല്ലാം രസിപ്പിക്കണം. കരണം മറിയണം. ഉറക്കെ ചിരിക്കണം. തുള്ളിക്കളിക്കണം. ഇതെല്ലാം കണ്ട് ആളുകൾ ആർത്തുചിരിക്കും. കുട്ടികൾ പഴങ്ങളും മറ്റും മുറിച്ച് എറിഞ്ഞുകൊടുക്കും. മാർക്കറ്റ് നിരത്തിലേക്ക് നീളുന്ന ക്യൂ ആയിരുന്നു ഗളിവറെ കാണാൻ. രാത്രിയിലും ആളുകൾ വന്നുകൊണ്ടിരുന്നു. ഗളിവർ തളർന്നവശനാകും. മോഹാലസ്യപ്പെട്ടുവീഴും. അതുകണ്ട് കാണികൾ ചിരിക്കും. ആ ചിരികണ്ട് ഗളിവർ ഉറക്കെ കരയും. അപ്പോൾ കാണികൾ ആർത്തുതുള്ളും.

ദുരിതപൂർണമായ ആ ദിനങ്ങൾ അങ്ങനെ കടന്നുപോയി.

അതിനിടയിൽ രാക്ഷസമനുഷ്യർ ഗളിവറെയുമെടുത്ത് നഗരത്തിലേക്കു പുറപ്പെട്ടു. ഗളിവറെ നഗരത്തിൽ പ്രദർശിപ്പിച്ചാൽ കൂടുതൽ പണം കിട്ടുമല്ലോ. ഇതിനകം ഗളിവറുടെ വലിയ പടമുള്ള ബോർഡുകൾ നഗരത്തിൽ സ്ഥാപിച്ചിരുന്നു. ആയിരക്കണക്കിനാളുകൾ നഗരത്തിൽ മനുഷ്യപ്രദർശനം കാണാനെത്തിയിരുന്നു. അവർക്കുവേണ്ടി കോമാളിത്തരം കാട്ടി ഗളിവർ നന്നേ ക്ഷീണിച്ചു. വിശപ്പും ദാഹവുംപോലും ഇല്ലാതായി. തീരെ ഉറക്കം നഷ്ടപ്പെട്ടു. സമനില തെറ്റിപ്പോവുകയാണോ. മെലിഞ്ഞവശനായ ഗളിവർ വീണ്ടും മരണത്തെ മുന്നിൽക്കണ്ടു. എത്ര ക്രൂരന്മാരാണ് മനുഷ്യർ. സ്നേഹം നടിച്ച് വശത്താക്കും. പിന്നെ ക്രൂരതയുടെ കേളികളാണ്. ഇംഗ്ലണ്ടിൽ വലിയ അന്തസോടെ ജീവിച്ച തനിക്ക് ഈ ഗതി വന്നല്ലോ എന്നോർത്ത് ഗളിവർ വിഷണ്ണനായി.

ഗളിവർ ദുഃഖിക്കുമ്പോഴെല്ലാം സാന്ത്വനം നൽകുന്നത് ഗ്ലണ്ടൽക്ലിച്ചാണ്. കാഴ്ചബംഗ്ലാവിൽ ഗളിവർ ഗോഷ്ടികൾ കാട്ടുമ്പോൾ ചിരിക്കാത്ത ഒരേയൊരാൾ, അവളായിരുന്നു. ഗളിവറെ എന്തിനാണ് ഇങ്ങനെ കഷ്ടപ്പെടുത്തുന്നതെന്ന് അവൾ അച്ഛനോട് ചോദിക്കും. ഗളിവറെ തുറന്നുവിടാൻ അവൾ വാശിപിടിക്കും. ആഹാരം കഴിക്കാതെ കരയും. എന്നാൽ ആ പെൺകുട്ടിയുടെ കണ്ണീരിനൊന്നും വിലയുണ്ടായില്ല. നോട്ടുകെട്ടുകളുടെ വിലയായിരുന്നു അവിടെ പ്രധാനം. കാണികൾ കൂടിയപ്പോൾ രാത്രിയിലും പ്രദർശനമുണ്ടായിരുന്നു. അങ്ങനെ ഗളിവറുടെ ദിനരാത്രങ്ങൾ ആ 'മൃഗശാല'യിൽ തന്നെയായി. പുലർച്ചെ ആരുംകാണാതെ ഗ്ലണ്ടൽക്ലിച്ച് കാഴ്ചബംഗ്ലാവിലെത്തി ഗളിവറെ കാണും. ഗളിവറെ കണ്ട അവളുടെ കണ്ണുകൾ നിറയും. അവൾ കണ്ണുകൾ തന്റെ കൈലേസുകൊണ്ട് ഒപ്പിയെടുക്കും.

ഗ്ലണ്ടൽക്ലിച്ചിനെപ്പോലുള്ള നല്ലവരായ മനുഷ്യർ രാക്ഷസന്മാർക്കിടയിലും ഉണ്ടെന്ന് ഗളിവർക്കു ബോധ്യമായി. അങ്ങനെയിരിക്കെ ഗളിവറെ കാണാൻ രാജാവും രാജ്ഞിയും ആഗ്രഹം പ്രകടിപ്പിച്ചു. രാജാവും രാജ്ഞിയും എഴുന്നെള്ളുന്ന ദിവസം രാജ്യത്ത് ആഘോഷം തന്നെയായിരുന്നു. രാജ്ഞിക്കും രാജകുമാരനും ഗളിവറെ ഏറെ ഇഷ്ടമായി. രാജ്ഞി ഗളിവറെ ചുംബിച്ചു. രാജാവ് ഗളിവറെ അനുഗ്രഹിച്ചു. രാജകുമാരി ഒരു ചുവന്ന

റോസാപ്പൂവിന്റെ ഇതൾ ഗളിവർക്കു നൽകി. ആ ഇതളിനുതന്നെ ഒരു പനമ്പട്ടയോളം വലുപ്പമുണ്ടായിരുന്നു. അതിനുശേഷം രാജകുമാരി രാജ്ഞിയോടു പറഞ്ഞു: “അമ്മേ നമുക്കിതിനെ കൊട്ടാരത്തിലേക്കു കൊണ്ടുപോവാം. എനിക്കൊരു കൂട്ടാവും ഇത്.” അങ്ങനെ തന്റെ മകളുടെ കളിപ്പാവയായി മാറി ഗളിവർ. അതുകൊണ്ടൊരു ഗുണമുണ്ടായി. കാഴ്ചബംഗ്ലാവിൽനിന്നും സ്വതന്ത്രനായി. മാസങ്ങൾ അടിമയായി ജീവിച്ച ഗളിവർ മോചിതനായി. പോവുമ്പോൾ ഗ്ലണ്ടൽക്ലിച്ച് കൈവീശി ഗളിവറെ യാത്രയാക്കി. അവളുടെ കണ്ണിൽ കണ്ണീരും ചുണ്ടിൽ പുഞ്ചിരിയുമായിരുന്നു. ഗളിവർ പിരിഞ്ഞുപോകുന്നതിലുള്ള കണ്ണീര്. ഗളിവർ രക്ഷപ്പെട്ടതിലുള്ള പുഞ്ചിരി. അങ്ങനെ ദിനങ്ങൾ വീണ്ടും കടന്നുപോയി. ഗളിവർക്ക് കൊട്ടാരത്തിൽ എല്ലാ സുഖസൗകര്യങ്ങളുമുണ്ടായിരുന്നു. അവിടെ ഗളിവർ പ്രദർശനവസ്തുവല്ല. പക്ഷേ, എന്തോ ഒരസ്വസ്ഥത ഗളിവറുടെ മനസിനെ പിടികൂടിയിരുന്നു. ഗ്ലണ്ടൽക്ലിച്ച് എന്ന പെൺകുട്ടിയുടെ മുഖം മനസിൽ തെളിഞ്ഞുവരും. കൈലേസ് എടുത്ത് തന്റെ കണ്ണീരൊപ്പുന്ന ഗ്ലണ്ടൽക്ലിച്ച്. ഉറക്കത്തിൽ കൺപോളകളിൽ ഒരു മയിൽപ്പീലിപോലെ അവളുടെ കൈലേസ് മുത്തം നൽകും. ഗളിവർ ഞെട്ടി ഉണരും. ഗ്ലണ്ടൽക്ലിച്ച്. എത്ര നല്ലവളാണവൾ. ഒരുദിവസം ഗളിവർ രാജാവിനോട് പറഞ്ഞു:

“മഹാരാജാവേ, ഗ്ലണ്ടൽക്ലിച്ചിനെ എനിക്കൊന്നു കാണണമെന്നുണ്ട്. അവളെ ഈ കൊട്ടാരത്തിൽ....”

രാജാവ് ഗ്ലണ്ടൽക്ലിച്ചിനെ ആളയച്ചുവരുത്തി. ഗളിവറെ കണ്ട് അവൾ പൊട്ടിക്കരഞ്ഞു. പിരിഞ്ഞുനിന്നതിലുള്ള ദുഃഖമായിരുന്നു അവൾക്ക്. രാജ്ഞിക്കും രാജാവിനും അത്ഭുതമായിരുന്നു അത്. ഈ കൊച്ചുജീവിയോട് ഒരു പെൺകുട്ടിക്ക് ഇത്ര സ്നേഹമോ. ഗ്ലണ്ടൽക്ലിച്ചിന്റെ സ്നേഹപ്രകടനം കണ്ട് രാജകുമാരിക്കും അത്ഭുതമായി. ഗ്ലണ്ടൽക്ലിച്ചും രാജകുമാരിയും ചങ്ങാതിമാരായി. ഇരുവരും ചേർന്ന് ഗളിവറെ സ്നേഹംകൊണ്ട് വീർപ്പുമുട്ടിക്കും.

ഇതിനിടയിൽ കൊട്ടാരത്തിനു പുറത്ത് ഒരു ബഹളം. കൊട്ടാരത്തിലെ മുകളിലത്തെ മുറിയിലാണ് ഗളിവറുടെ കിടപ്പുമുറി. അവിടെനിന്നും നോക്കിയപ്പോൾ വലിയൊരു ആൾക്കൂട്ടത്തെ

യാണ് ഗളിവർ കണ്ടത്. കൊട്ടാരം പരിചാരികമാർ, അന്തഃപുര സ്ത്രീകൾ തുടങ്ങിയവർ. ഒരാൾ രാജകൊട്ടാരത്തിന്റെ മതിൽ കടന്ന് കൊട്ടാരത്തിലെ പൂന്തോപ്പിൽ ഒളിച്ചിരിക്കുകയായിരുന്നത്രെ. അയാളെ പിടികൂടി ചോദ്യം ചെയ്തപ്പോൾ കൊട്ടാരത്തിൽ അപൂർവയിനം ജീവിയുണ്ടെന്നറിഞ്ഞു വന്നതാണെന്നു മനസിലായി. ഗളിവർ എന്ന 'അപൂർവയിനം ജീവി'യെ പിടികൂടാൻ കൊട്ടാരത്തിൽ കടന്നെത്തിയ രാക്ഷസമനുഷ്യന്റെ ധീരതയിൽ ഗളിവർ അത്ഭുതപ്പെട്ടു. അപൂർവയിനം ജീവികളെ പിടികൂടി സർക്കസുകാർക്ക് വിറ്റാൽ വലിയ വിലകിട്ടുമത്രേ. ഈ സംഭവത്തിനുശേഷം ഗളിവർക്ക് പ്രത്യേക സുരക്ഷാസംവിധാനം രാജാവ് ഏർപ്പെടുത്തി.

ഒരുതരത്തിൽ പറഞ്ഞാൽ ഗളിവർക്ക് കൊട്ടാരത്തിൽ പരമസുഖം തന്നെയായിരുന്നു. ശുശ്രൂഷിക്കാനും ഭാഷ പഠിപ്പിക്കാനും പ്രത്യേകം ആളുകൾ. രാജ്ഞിക്ക് ഗളിവറോട് പ്രത്യേക സ്നേഹമായിരുന്നു. പക്ഷേ, രാജാവിന് ഗളിവറെ സംശയമുണ്ടായിരുന്നു. ഗളിവർ മനുഷ്യജീവിയാണോ എന്ന കാര്യത്തിലായിരുന്നു സംശയം. അദ്ദേഹം പ്രത്യേകം ശാസ്ത്രജ്ഞരെ നിയോഗിച്ച് ഗളിവറെപ്പറ്റി പഠിക്കാൻ ഏർപ്പാടുചെയ്തു. ആ നാട്ടിലെ ഗവേഷണ വിദ്യാർഥികൾ ഗളിവറെ സന്ദർശിച്ച് നിരീക്ഷണം നടത്തിയിരുന്നു.

ആറായിരത്തോളം മൈൽ നീളവും അയ്യായിരം മൈൽ വീതിയുമുള്ള രാജ്യമാണ് ബ്രോബ്ഡിങ്നാഗ് എന്നതായിരുന്നു, ഗളിവറുടെ നിഗമനം. ആ രാജ്യം ജപ്പാനും കാലിഫോർണിയയ്ക്കും ഇടയിൽ സ്ഥിതി ചെയ്യുന്നുവെന്നാണ് ഗളിവർ വിശ്വസിച്ചത്. പുറംരാജ്യങ്ങളുമായി കുറച്ചു ബന്ധമേ ആ നാടിനുണ്ടായിരുന്നുള്ളൂ. ലില്ലിപ്പുട്ടുപോലെതന്നെ മികച്ച നഗരങ്ങളും പട്ടണങ്ങളും നിറഞ്ഞതായിരുന്നു ഈ രാജ്യം.

ഗളിവർക്കു സഞ്ചരിക്കാൻ പ്രത്യേകം വള്ളങ്ങൾ ഏർപ്പാടു ചെയ്തിരുന്നു. അയ്യായിരം അടി പൊക്കമുള്ള കൂറ്റൻ ക്ഷേത്രങ്ങളും ഗോപുരങ്ങളും ഈ സവാരിക്കിടയിൽ ഗളിവർ കണ്ടു. ഒരു ദിവസം ഗ്ലണ്ടൽക്ലിച്ചിനോടൊപ്പം കൊട്ടാരത്തിലെ പൂന്തോപ്പിൽ ഉലാത്തുകയായിരുന്നു ഗളിവർ. അപ്പോഴാണ് പാറക്കഷണങ്ങൾ പോലുള്ള ആലിപ്പഴങ്ങൾ താഴോട്ടുവീണത്. അതിൽ

വളരെ ചെറിയ ഒരു കഷ്ണം ഗളിവറുടെ ചുമലിൽവീണു. ഒരാഴ്ചയോളം കിടന്നുപോയി ഗളിവർ. തോളെല്ലിന് ചതവു പറ്റിയിരുന്നു. മറ്റൊരിക്കൽ തോട്ടക്കാരന്റെ പട്ടി ഗളിവറെ നക്കിയെടുത്ത് യജമാനന്റെ അടുത്തേക്കു കൊണ്ടുപോയി. ആ സമയം ഗ്ലണ്ടൽക്ലിച്ചും മറ്റും അൽപ്പം ദൂരെമാറി പൂപറിക്കുകയായിരുന്നു. ഗളിവറെ അറിയാമായിരുന്ന തോട്ടക്കാരൻ ഗളിവറെ തിരികെ കൊണ്ടുചെന്നാക്കി. ഗളിവർക്ക് ഇതിലും വലിയ അപമാനവും ലജ്ജയും നേരിടേണ്ടിവന്നിരുന്നില്ല. ഒരു വലിയ ആനയോളം വലുപ്പമുള്ള പട്ടിയുടെ നാവുകൊണ്ട് ശരീരത്തിൽ മുറിവേറ്റിരുന്നു. ആകാശത്ത് വട്ടമിട്ടു പറക്കുന്ന പ്രാപ്പിടിയൻ പക്ഷിയുടെ കണ്ണിലുംപെട്ടു ഗളിവർ. പക്ഷേ, പരിചാരകർ അതിനെ എറിഞ്ഞോടിച്ചു. അങ്ങനെ ഒട്ടേറെ പ്രതിബന്ധങ്ങൾ തരണം ചെയ്തുകൊണ്ടാണ് ഗളിവർ അവിടെ കഴിഞ്ഞത്.

ലില്ലിപ്പുട്ടിൽ ഗളിവർ വലിയ മനുഷ്യനായിരുന്നു. ഇവിടെ വളരെ ചെറിയ മനുഷ്യൻ. താൻ വലിയവനോ ചെറിയവനോ. ആലോചിച്ചു. ഒരുത്തരം കിട്ടുന്നില്ല. വലിയ ആളായതുകൊണ്ട് ലില്ലിപ്പുട്ടിൽ അനുഭവിച്ച ക്ലേശത്തെക്കാൾ വലുതാണ് ഇവിടത്തെ ക്ലേശം.

7

അമൃതസരസിലെ അപ്സര കന്യക

മനോഹരമായ പ്രകൃതിദൃശ്യങ്ങൾ ആസ്വദിച്ചുകൊണ്ട് ഗളിവറുടെ ജീവിതം മുന്നോട്ടുനീങ്ങി. അങ്ങനെയിരിക്കെ നല്ല നിലാവുള്ള ഒരു രാത്രിയിൽ ഭാര്യയും കുട്ടികളുമൊത്തുള്ള നല്ല ദിനങ്ങളെക്കുറിച്ചുള്ള മധുരമായ ഓർമകൾ അയവിറക്കി മുറിയിലിരിക്കുകയായിരുന്നു ഗളിവർ. തുറന്നിട്ട ജനലിലൂടെ നീലവിരിയിട്ട മലനിരകൾ കാണാം. വയൽപ്പൂക്കളുടെ ഗന്ധമുള്ള കാറ്റ്, ഗളിവറുടെ സ്വർണത്തലമുടിയെ തഴുകി. നിലാവു തിന്നുന്ന ചകോരപ്പക്ഷിയെപ്പോലെ ഗളിവർ അതെല്ലാം ആസ്വദിക്കുകയായിരുന്നു. ആ സമയം ഗ്ലുണ്ടൽക്ലിച്ച് അവിടെയുണ്ടായിരുന്നില്ല. പെട്ടെന്ന് എന്തോ ഒരു ശബ്ദം കേട്ടു. ഒരു കുരങ്ങൻ എങ്ങനെയോ അകത്തുകയറിയിരിക്കുന്നു. ചുവന്ന നിറത്തിലുള്ള രോമക്കുരങ്ങൻ. ഒരു കാളയെക്കാൾ വലുപ്പംവരുമതിന്. ഗളിവർ ജാലകം തുറന്നിട്ടപ്പോൾ അവൻ അകത്തുകയറിപ്പറ്റിയതാണ്. ഭീമാകാരനായ ആ കുരങ്ങൻ ഒറ്റച്ചാട്ടത്തിന് ഗളിവറുടെ കിടക്കയിലെത്തി. ഗളിവർ നടുങ്ങിപ്പോയി. പക്ഷേ, കുരങ്ങൻ സ്നേഹപൂർവം ഗളിവറെ തലോടി. ഗളിവറെ അവൻ മാറോടു ചേർത്തുപിടിച്ചു. ഇവൻ നല്ല കുരങ്ങനാണ്. പക്ഷേ, കുരങ്ങന്മാരെ വിശ്വസിച്ചുകൂടല്ലോ. എപ്പോഴാണ് സ്വഭാവം മാറുന്നതെന്നറിയില്ല. അപ്പോഴാണ് ഗ്ലുണ്ടൽക്ലിച്ച് അകത്തേക്കു വന്നത്. അവൾ ഈ രംഗംകണ്ട് പേടിച്ചു നിലവിളിച്ചു. ഉടൻതന്നെ ആളുകൾ ഓടി

ക്കൂടി. പക്ഷേ, ഗളിവറെ ആ കുരങ്ങൻ ഒന്നും ചെയ്തില്ല. അവൻ ഗളിവർക്ക് ലാൽസലാം പറഞ്ഞ് ജനലിലൂടെ ചാടിപ്പോയി. ഗ്ലണ്ടൽക്ലിച്ച് ഗളിവറെ കെട്ടിപ്പിടിച്ച് പൊട്ടിക്കരഞ്ഞു. ഒന്നും സംഭവിച്ചിട്ടില്ലെന്നറിഞ്ഞപ്പോൾ മുല്ലപ്പൂ വിതറുംപോലെ കുണുങ്ങിച്ചിരിച്ചു.

"ഗളിവർ നല്ലവനാണ്. നല്ലവരെ ആർക്കും ഒന്നും ചെയ്യാൻ പറ്റില്ല."

അപ്പോൾ രാജ്ഞിയും സഖിമാരും ഗളിവറെ കാണാനെത്തി.

സുന്ദരിയായ സ്ത്രീരത്നമായിരുന്നു രാജ്ഞി. അവരുടെ മുടിയുടെ നിറം നീലയായിരുന്നു. ഓറഞ്ചുവർണമായിരുന്നു ശരീരത്തിന്. ഒരു വലിയ ഉരുളിയുടെ വലുപ്പമുണ്ടായിരുന്നു മുഖത്തിന്. അവരുടെ മുടികൾ ചീകാനും അണിയിച്ചൊരുക്കാനും പത്തു സഖിമാരും തോഴിമാരുമുണ്ടായിരുന്നു. അവരും മനോഹരികളായിരുന്നു. അവർ രാജ്ഞിയുടെ മുടി ചീകുമ്പോൾ അതിലൊരു ഇഴ താഴെവീണു. ആ മുടിയിഴ ഒരു ചൂരൽവടിയുടെ വണ്ണമുണ്ടായിരുന്നു. രാജ്ഞി ആകാരംകൊണ്ടു മാത്രമല്ല മനസുകൊണ്ടും സുന്ദരിയായിരുന്നു. അവർ ഗളിവറുടെ ജന്മനാടിനെക്കുറിച്ച് പലതും ചോദിച്ചറിഞ്ഞു. സാഹിത്യത്തിലും കലയിലുമെല്ലാം തൽപ്പരയായിരുന്നു അവർ. ഗളിവറെപ്പോലുള്ള ചെറിയ മനുഷ്യരുടെ നാട് യൂറോപ്പിലെ ഒരു പ്രബലരാജ്യമാണെന്നറിഞ്ഞപ്പോൾ രാജ്ഞിക്ക് ചിരി അടക്കാനായില്ല. ഗളിവർ ഇതെല്ലാം വിശദീകരിക്കുമ്പോൾ രാജാവും കേട്ടിരിക്കും. ഒരു വലിയ മേശമേൽ ഗളിവർ നിൽക്കും. രാജ്ഞിയും രാജാവും മറ്റുള്ളവരും താഴെ പരവതാനിയിൽ ഇരിക്കും. ഗളിവർ ഇംഗ്ലണ്ടിന്റെ ചരിത്രത്തെക്കുറിച്ചും സംസ്കാരത്തെക്കുറിച്ചും പ്രസംഗിക്കും. ഷേക്സ്പിയറുടെ നാടകത്തിലെ രംഗങ്ങൾ അഭിനയിച്ചുകാണിക്കും. ഇംഗ്ലണ്ടിന് സ്വന്തമായി വെടിമരുന്നും തോക്കും പീരങ്കിയുമെല്ലാം ഉണ്ടെന്നറിഞ്ഞപ്പോൾ രാജാവും രാജ്ഞിയും ചിരിച്ചു ചിരിച്ചു മണ്ണുകപ്പി. ഗളിവർക്കു ദേഷ്യമാണു തോന്നിയത്. യൂറോപ്പിലെ പ്രബലരാജ്യത്തെത്തന്നെ അപമാനിക്കുകയാണവർ ചെയ്തതെന്ന് ഗളിവർക്കു തോന്നി.

ഒരു മഞ്ഞുകാലത്തെ മനോഹരമായ സായാഹ്നം. ഗളിവ

റും ഗ്ലൂണ്ടൽക്ലിച്ചും ഒരു തടാകത്തിന്റെ കരയിൽ ഇരിക്കുകയായിരുന്നു. അന്നാണ് ഗ്ലൂണ്ടൽക്ലിച്ച് ഗളിവറുടെ നാടു കാണാനുള്ള മോഹത്തെക്കുറിച്ചു പറഞ്ഞത്. ഗ്ലൂണ്ടൽക്ലിച്ച് കുസൃതിക്കാരിയായിരുന്നു. അവൾ ഗളിവറെ പല മാജിക്കുകളും കാണിച്ച് അമ്പരപ്പിക്കും. ഭീമാകാരമുള്ള ഗ്ലൂണ്ടൽക്ലിച്ചിന്റെ സ്വഭാവം ഗളിവറുടെ പത്നിയുടേതുപോലെതന്നെയായിരുന്നു. ഗളിവർ അതു സൂചിപ്പിച്ചപ്പോൾ അവൾക്ക് അത്ഭുതമായി. നീലനിറമാർന്ന തടാകത്തിൽ വലിയ ഹംസങ്ങൾ നീന്തിത്തുടിച്ചിരുന്നു. അവയ്ക്ക് ഒരു കാളയുടെ അത്ര ഉയരമുണ്ടായിരുന്നു. അതിന്റെ തൂവലുകൾക്ക് വയലറ്റ് നിറമായിരുന്നു. കാലുകൾക്ക് ചുവപ്പും. ആ തടാകത്തിൽ ധാരാളം പൂക്കളുമുണ്ടായിരുന്നു. ആനച്ചെവിയോളം വലുപ്പമുള്ള പുഷ്പങ്ങൾ. ഗ്ലൂണ്ടൽക്ലിച്ച് ഗളിവറെയും കൈയിലെടുത്ത് തടാകത്തിലിറങ്ങും. പൂക്കളിറുക്കും. നീന്തിത്തുടിക്കുന്ന ഹംസങ്ങളുടെമേൽ ഗളിവറെ കയറ്റിവെക്കും. അത് വളരെ രസകരമായ അനുഭവമായിരുന്നു, ഗളിവർക്ക്. അന്ന് തടാകതീരത്തെ പഞ്ചാരമണലിലിരുന്നുകൊണ്ട് മടിയിലിരിക്കുന്ന ഗളിവറോട് അവൾ പറഞ്ഞു.

"ഗളിവർ, നമുക്കൊരുമിച്ച് ഇംഗ്ലണ്ടിലേക്കു പോകാം."

അതിനുത്തരം പറയാൻ ഗളിവർക്കു കഴിഞ്ഞില്ല. കാരണം അവൾ തന്റെ കൂടെ ഇംഗ്ലണ്ടിലേക്കു വന്നാൽ എന്തായിരിക്കും സ്ഥിതി. തന്നെ കാഴ്ചബംഗ്ലാവിൽ പ്രദർശിപ്പിച്ചതുപോലെ അവളെയും ഇംഗ്ലീഷുകാർക്ക് പ്രദർശിപ്പിച്ച് പണമുണ്ടാക്കില്ലേ? അതയാൾക്കു സഹിക്കാൻ കഴിയില്ല.

ഗളിവർ അവളെ സ്നേഹപൂർവം നിരുത്സാഹപ്പെടുത്തി. അപ്പോൾ അവൾ പിണങ്ങി. താനിപ്പോൾ ചാവുമെന്നു പറഞ്ഞ് അവൾ തടാകത്തിലിറങ്ങി. തന്നെ കളിപ്പിക്കുകയാണെന്ന് ഗളിവർക്ക് അറിയാമായിരുന്നു. എങ്കിലും അവൾ മുട്ടോളം വെള്ളത്തിലിറങ്ങിയപ്പോൾ ഗളിവർക്കു ഭയമായി. അയാൾ വിളിച്ചുപറഞ്ഞു:

"ഗ്ലൂണ്ടൽക്ലിച്ച് വെള്ളത്തിലിറങ്ങരുത്."

അതിനിടയിലാണ് ആ ദുരന്തമുണ്ടായത്. ഇതെല്ലാം കണ്ടുകൊണ്ടിരുന്ന ഒരു പരുന്ത് ഗളിവറെയും എടുത്ത് ആകാശത്തിലേക്കുയർന്നു. ഗളിവർ ഉച്ചത്തിൽ നിലവിളിച്ചു. ഗളിവറുടെ നി

ലവിളികേട്ട് തിരിഞ്ഞുനോക്കിയ ഗ്ലണ്ടൽക്ലിച്ച് കണ്ടത് ഗളിവറെയുമെടുത്ത് പറന്നകലുന്ന പരുന്തിനെയാണ്. ഗ്ലണ്ടൽക്ലിച്ച് അലമുറയിട്ടു കരഞ്ഞു. ഏറെനേരം പരുന്ത് പറക്കുന്ന ദിക്കിനെ ലക്ഷ്യമാക്കി അവൾ ഓടി.

ഗളിവർ താഴേക്കു നോക്കി. ഗ്ലണ്ടൽക്ലിച്ചിനെ കാണാനില്ല. താഴെ മഞ്ഞുപുതച്ചുനിൽക്കുന്ന ഭൂമിയല്ലാതെ മറ്റൊന്നും കാണാനില്ല. ആകാശവും ഭൂമിയും ഒരേ നിറം. പർവതങ്ങളെയും നദികളെയും നഗരങ്ങളെയും കടന്ന് പരുന്ത് പറക്കുകയാണ്. ഗളിവർ അതിന്റെ ഭീമാകാരമായ കൊക്കിലാണുള്ളത്. ആ കൊക്ക് ഒന്നമർത്തിയാൽ താൻ ഇല്ലാതാവും. ഒന്നയച്ചുവിട്ടാൽ താൻ താഴെ അഗാധമായ പാറക്കെട്ടിലോ കടലിലോ വീണു മരിക്കാം. തന്റെ അന്ത്യം സുനിശ്ചിതമെന്ന് ഗളിവർ കരുതി. പക്ഷേ, പരുന്ത് ഗളിവറെയുംകൊണ്ട് താഴുകയായിരുന്നു. ആകാശനീലിമയിൽനിന്നും താണുതാണ് അത് ഗളിവറെ ഒരു കടൽത്തീരത്ത് കൊണ്ടുവെച്ചു. അപ്പോഴേക്കും ഗളിവർക്ക് ബോധം നഷ്ടപ്പെട്ടുപോയിരുന്നു. വിശാലമായ ഒരു തുറമുഖപ്രദേശമായിരുന്നു അത്. അപ്പോഴേക്കും രാത്രിയായിരുന്നു. ഗളിവറെ ആ തീരപ്രദേശത്ത് യാതൊരു പരുക്കും കൂടാതെ ഇറക്കിയശേഷം അത് എങ്ങോട്ടോ ചിറകടിച്ചു പറന്നുപോയി. ആ രാത്രി മുഴുവൻ ഗളിവർ ബോധം നഷ്ടപ്പെട്ട് ആ മണൽപ്പരപ്പിൽ കിടന്നു.

പിറ്റേന്ന് പ്രഭാതത്തിൽ ശക്തമായ മഞ്ഞുവീണ് ഗളിവർ മരവിച്ചുപോയിരുന്നു. സൂര്യകിരണങ്ങൾ അരിച്ചരിച്ചുവരുന്നുണ്ടായിരുന്നു. ചുവന്ന രശ്മികൾ കൺപോളകളിൽ തട്ടി ആരോ വിളിച്ചു:

"ഗളിവർ എഴുന്നേൽക്കൂ."

ഗളിവർ മെല്ലെ കണ്ണു തുറന്നു.

ഞാനെവിടെയാണ്. എവിടെ, ഗ്ലണ്ടൽക്ലിച്ച്. കൈകാലുകൾ തളർന്നുപോയിരുന്നു. ഞരങ്ങിയും ഇഴഞ്ഞും ഒരുവിധം ഗളിവർ എഴുന്നേറ്റു. ആരാണെന്നെ വിളിച്ചത്. കഴിഞ്ഞ സംഭവങ്ങൾ ഓരോന്നും മെല്ലെ ഓർമയുടെ ചില്ലുപാളിയിൽ തെളിഞ്ഞുവന്നു. പാവം ഗ്ലണ്ടൽക്ലിച്ച് തന്നെയോർത്ത് കരയുകയാവും. ഗളിവർ ചുറ്റും നോക്കി. തനിക്ക് തീർത്തും പരിചയമില്ലാത്ത ഒരു തുറമുഖമാണത്. അവിടെനിന്ന് അയാൾ ഉച്ചത്തിൽ വിളിച്ചു:

"ഗ്ലണ്ടൽക്ലിച്ച്....."

"നീയെവിടെയാണ്......"

"നമുക്ക് ഇംഗ്ലണ്ടിലേക്കു പോകാം....."

അപ്പോഴാണ് അതുവഴി ഒരു കപ്പൽ നീങ്ങുന്നതും ഗളിവറുടെ ശ്രദ്ധയിൽപ്പെട്ടത്. ഗളിവറുടെ ഉച്ചത്തിലുള്ള ശബ്ദം കേട്ടായിരിക്കണം അത് തീരത്തേക്കു നീങ്ങി.

കപ്പലിലേക്ക് നീന്തിവരാൻ കപ്പിത്താൻ ആംഗ്യം കാണിച്ചു. അവശനായിരുന്നെങ്കിലും ഗളിവർ നീന്തി. കപ്പൽ കണ്ടതോടെ എന്തെന്നില്ലാത്ത ഒരു ആവേശം ഗളിവർക്കുണ്ടായി. അങ്ങനെ കപ്പലിൽ കയറിക്കൂടിയ ഗളിവറെ അതിലെ യാത്രക്കാർ സ്വീകരിച്ചു. ഗളിവർക്ക് അവർ വസ്ത്രങ്ങൾ നൽകി; ആഹാരവും വീഞ്ഞും നൽകി. ഗളിവർ തന്റെ കഥകളെല്ലാം അവർക്കു വിശദീകരിച്ചുകൊടുത്തു. ലില്ലിപ്പുട്ടിൽ വന്നതുമുതൽ ഒരു മഹാരക്ഷകനെപ്പോലെ എങ്ങുനിന്നോ പറന്നുവന്ന് തന്നെ തീരത്തെത്തിച്ച ഭീമൻ പരുന്തിന്റെ കഥവരെ.

കപ്പിത്താനും യാത്രക്കാരും കഥകേട്ട് മിഴിച്ചുനിന്നു. അവർക്കതൊന്നും വിശ്വസിക്കാനായില്ല.

തന്റെ കഥകൾക്ക് വിശ്വാസ്യത നൽകുവാൻവേണ്ടി അരയിൽ കെട്ടിവച്ചിരുന്ന രാജ്ഞിയുടെ മുടിയിഴ ഗളിവർ കാണിച്ചുകൊടുത്തു. അത് കണ്ട് കപ്പൽയാത്രക്കാർ അത്ഭുതപ്പെട്ടു.

കൊട്ടാരത്തിൽനിന്നും മറ്റു ചില വസ്തുക്കളും ഗളിവർ തന്റെ കീശയിൽ സൂക്ഷിച്ചിരുന്നു. അതെല്ലാം കണ്ടപ്പോൾ യാത്രക്കാർക്ക് വിശ്വസിക്കാതിരിക്കാനായില്ല. മലയോളം ഉയരമുള്ള മനുഷ്യർ, ആനയോളം വലുപ്പമുള്ള പരുന്തുകൾ, കാളയോളം വലുപ്പമുള്ള പൂച്ചകൾ— ഇതെല്ലാമുള്ള ഒരു രാജ്യം ലോകത്തുണ്ടെന്ന് ഗളിവർ വിശദീകരിച്ചപ്പോൾ അതെല്ലാം ഒന്നു കാണാനുള്ള മോഹം അവർക്കുണ്ടായി. വളരെ ഉല്ലാസകരമായ കപ്പൽയാത്രയായിരുന്നു അത്. മാസങ്ങൾ കടന്നുപോയതറിഞ്ഞില്ല. അവസാനം അയാൾ തന്റെ ജന്മനാട്ടിൽ തിരിച്ചെത്തി. കപ്പിത്താനും യാത്രികർക്കും ലാൽസലാം പറഞ്ഞ് ഗളിവർ തന്റെ വീട്ടിലേക്ക് തിരിച്ചു. പർവതമനുഷ്യരുടെ നാട്ടിൽ കഴിഞ്ഞ് പരിചയിച്ചുപോയിരുന്ന ഗളിവർ ഇംഗ്ലണ്ടിലെ തെരുവീഥികളിലൂടെ നടക്കുമ്പോൾ സാധാരണ മനുഷ്യരെ കണ്ട്, താൻ ലില്ലിപ്പുട്ടിലാണെന്നു കരു

തിപ്പോയി. കുട്ടൂസന്മാരുടെ നാട്ടിലൂടെ പോകുമ്പോൾ അവർ ചവിട്ടടിയിൽപ്പെടാതിരിക്കാൻവേണ്ടി ശ്രദ്ധിച്ചു നടന്നുപോയി. തന്റെ നടത്തത്തിന്റെ അപാകത അയാൾ തിരിച്ചറിഞ്ഞിരുന്നില്ല. ആളുകൾ ഗളിവറെ ശ്രദ്ധിക്കുന്നുണ്ടായിരുന്നു. കുപ്പിക്കഷണങ്ങൾ നിറഞ്ഞ മുറിയിലൂടെ നഗ്നപാദനായി നടക്കുംപോലെയായിരുന്നു, ഗളിവർ റോഡിലൂടെ നടന്നത്.

ഒരു പൊലീസുകാരനോട് കാലിനടിയിൽപ്പെട്ട് ഞെരിഞ്ഞു ചാവേണ്ട എങ്കിൽ മാറിപ്പോകാനും പറഞ്ഞു ഗളിവർ. ഒരു ഭ്രാന്തനെന്നു കരുതി ചിരിക്കുകയായിരുന്നു, പൊലീസുകാരൻ. വീട്ടിലെത്തിയ ഭാര്യ ഏറെ സന്തോഷവതിയായിരുന്നു. എവിടെപ്പോയാലും ഭർത്താവ് തിരിച്ചുവരുമെന്നുള്ള വിശ്വാസം അവർക്കുണ്ടായിരുന്നു. കുട്ടികൾ ചിരിച്ചും കരഞ്ഞും ഗളിവറെ കെട്ടിപ്പിടിച്ചും തങ്ങളുടെ വികാരം പ്രകടിപ്പിച്ചു. ഇനിയൊരിക്കലും കടലിൽ പോവേണ്ടെന്ന് ഭാര്യയും കുട്ടികളും ഗളിവറോട് അപേക്ഷിച്ചു. ഗളിവറെക്കൊണ്ടവർ സത്യം ചെയ്യിപ്പിച്ചു. പക്ഷേ, ദിവസങ്ങൾ കടന്നുപോയപ്പോൾ കടലിലെ തിരമാലകളും കടൽപ്പക്ഷികളും ഗളിവറെ വിളിച്ചു. ദ്വീപുകളിലെ കാട്ടുപൊയ്കകളും തടാകങ്ങളിലെ ഹംസങ്ങളുമില്ലാതെ ഗളിവർക്ക് ജീവിക്കാൻ കഴിയില്ലെന്നായി. യാത്ര ചെയ്യാനുള്ള മോഹം വീണ്ടും തിരയടിക്കുകയായിരുന്നു ഗളിവറുടെ മനസിൽ.

8

പറക്കും ദ്വീപിലെ അത്ഭുതങ്ങൾ

നാളുകൾക്കുശേഷം ഗളിവർ വീണ്ടും യാത്രപുറപ്പെട്ടു. ഈസ്റ്റ് ഇൻഡീസ് ദ്വീപുകളിലേക്കായിരുന്നു ആ യാത്ര. പതിവുപോലെ ഗളിവറുടെ പത്നിയും കുട്ടികളും ഗളിവറെ യാത്രയാക്കി.

പ്രശാന്തരമണീയമായ കടൽ. മനതാരിൽ ആശകൾ മൊട്ടിട്ട കന്യക കിനാവു കാണുംപോലെയായിരുന്നു കടൽ. എന്നാൽ, ദിവസങ്ങൾ കഴിഞ്ഞപ്പോൾ അത് കന്നിമാസ നിലാവുപോലെയായി. രാത്രികളിൽ കടൽ ക്ഷോഭിച്ചു. കാറ്റ് അലറിവീശി. കപ്പൽ മുങ്ങിപ്പോകുമെന്ന സ്ഥിതിവന്നു. പക്ഷേ, ക്രമേണ അത് ശാന്തമായി. അപ്പോഴാണ് കടൽക്കൊള്ളക്കാർ ഗളിവറുടെ കപ്പലിനെ പിന്തുടർന്നത്. കപ്പലിലെ ചെറിയ വള്ളങ്ങൾ കപ്പിത്താൻ കടലിലിറക്കി. ഗളിവറോട് അതിലൊന്നിലേക്ക് ഇറങ്ങാൻ കപ്പിത്താൻ നിർദേശിച്ചു. മണിക്കൂറുകൾ നീണ്ട തുഴച്ചിൽ. അവസാനം ഗളിവർ ഒരു നിലയ്ക്ക് ഒരു തീരമണഞ്ഞു. വളരെ ചെറിയ ഒരു ദ്വീപായിരുന്നു അത്. വിജനമായ ആ ദ്വീപിൽ പച്ചപ്പിന്റെ തുരുമ്പുപോലും കണ്ടില്ല. ഒരു മരുഭൂമിയായിരുന്നു അത്. എന്നാൽ പാറക്കെട്ടുകൾക്കിടയിലൂടെ നടന്നപ്പോൾ ചെറിയ കുറ്റിച്ചെടികൾ കണ്ടു. കൊച്ചുകിളികളെ കണ്ടു. പൊന്നിൽകുളിച്ചപോലുള്ള ചിറകുകളുള്ള ചിത്രശലഭങ്ങൾ. ശരറാന്തൽ വിളക്കുപോലുള്ള മൂങ്ങകൾ.

കിളികളുടെ മുട്ടകൾ തിന്നും ഉപ്പുവെള്ളം കുടിച്ചും ദിവസങ്ങൾ കടന്നുപോയി. അപ്പോഴാണ് ആകാശത്ത് ഒരു അത്ഭുതഗോളംപോലെ ഒന്നു പ്രത്യക്ഷപ്പെട്ടത്. ആ ഗോളം ഗളിവറുടെ ദ്വീപിനുനേരെ ഒഴുകിവരികയായിരുന്നു. അതൊരു അത്ഭുതദ്വീപായിരുന്നു. മാനത്തെ താമരത്തോണിയായി ഒഴുകിവരുന്ന മനോഹരദ്വീപ്. അതടുത്തെത്തിക്കഴിഞ്ഞിരുന്നു. അതിനകത്ത് നിറയെ മനുഷ്യരുണ്ടായിരുന്നു. ഗളിവറെ കണ്ട ദ്വീപിലെ ആളുകൾ കൈയുയർത്തിക്കാണിച്ചു. ക്രമേണ അതിലെ ആളുകൾ തിങ്ങിക്കൂടാൻ തുടങ്ങി.

ഒരു കസേര അവർ ഗളിവർക്ക് ഇറക്കിക്കൊടുത്തു. വലിയ ചങ്ങലയിൽ കൊളുത്തിയ കസേരയായിരുന്നു അത്. അതിൽ കയറാൻ ഗളിവറോട് അവർ അഭ്യർഥിച്ചു. കടലിൽ വീണവൻ കപ്പലിൽ കയറുംപോലെ ഗളിവർ ദ്വീപിലേക്കു കയറി. അതെ പറക്കുംദ്വീപുതന്നെ. ആ അത്ഭുതദ്വീപിനകത്തും ലില്ലിപ്പുട്ടിലെപ്പോലെതന്നെ ഒരു രാജാവുണ്ടായിരുന്നു. പക്ഷേ, അയാൾക്ക് സാധാരണ മനുഷ്യന്റെ വലുപ്പമേ ഉണ്ടായിരുന്നുള്ളൂ. ശാസ്ത്രജ്ഞന്മാരും പണ്ഡിതന്മാരുമായിരുന്നു രാജാവിന്റെ പ്രജകളിൽ കൂടുതലും. ജ്യോതിശാസ്ത്രമായിരുന്നു അവരുടെ പ്രധാനപ്പെട്ട വിഷയം. ചിലർ കണക്കിലും പ്രഗത്ഭരായിരുന്നു.

പ്രപഞ്ചം നിലനിൽക്കുന്നത് ഗോളങ്ങളുടെ പരസ്പര ആകർഷണശക്തികൊണ്ടാണെന്ന് അവർ കൂടെക്കൂടെ പറയുന്നുണ്ടായിരുന്നു. സൂര്യനും ഭൂമിയുമെല്ലാം പരസ്പരം ആകർഷിക്കുന്നു. ഇതിനെപ്പറ്റിയെല്ലാം രാപകൽ അവർ തർക്കിക്കുകയും ചിന്തിക്കുകയും ചെയ്യുന്നു. ആ ദ്വീപിലെ മനുഷ്യർക്കെല്ലാം ഗളിവർ തന്റെ അനുഭവങ്ങൾ വിശദീകരിച്ചുകൊടുത്തു. ലാപ്പുട്ട എന്നായിരുന്നു ആ ദ്വീപിന്റെ പേര്. പതിനായിരം ഏക്കർ വിസ്തീർണമുള്ള ആ ദ്വീപ് വൃത്താകൃതിയിലായിരുന്നു. വിജ്ഞാനത്തിനും ഗവേഷണത്തിനും പ്രാധാന്യമുള്ള പറക്കുംദ്വീപിൽ ഇല്ലാത്തത് ഒന്നു മാത്രമായിരുന്നു—ജീവിതം. ഗളിവർക്ക് വിജ്ഞാനം ഇഷ്ടമാണ്. ഗവേഷണവും ഇഷ്ടമാണ്. പക്ഷേ, ജീവിതത്തിനാണ് അയാൾ പ്രാധാന്യം കാണുന്നത്.

ജീവിതം ഒരിക്കൽ മാത്രമുള്ളതാണ്. അന്വേഷണവും പഠനവും ജീവിതത്തിനുവേണ്ടിയായിരിക്കണം. ജീവിതം ആവേശ

കരമാക്കാൻ, മനോഹരമാക്കാൻ. മടുപ്പിക്കുന്ന ഗവേഷണശാലയിലിരുന്ന് നശിപ്പിക്കാനുള്ളതല്ല അത്.

ഗളിവർക്ക് പറക്കുംദ്വീപ് മടുത്തു. അയാൾ തിരികെ ഭൂമിയിലേക്കിറങ്ങി. അയാൾ അതിനുശേഷവും ലോകത്തിന്റെ വിവിധ ഭാഗങ്ങളിലുള്ള അജ്ഞാത ദ്വീപുകളിൽ ദീർഘമായ യാത്രകൾ നടത്തി. ഓരോ അനുഭവവും ഒന്നിനൊന്ന് പുതുമയാർന്നതായിരുന്നു. സംസാരിക്കുന്ന മൃഗങ്ങളും പക്ഷികളുമുള്ള ദ്വീപുകൾ ഗളിവർ സന്ദർശിച്ചു. നിഗൂഢമായ ഭാഷകളിൽ സംസാരിക്കുകയും മനുഷ്യരെപ്പോലെ പെരുമാറുകയും ചെയ്ത കുതിരകളോടൊപ്പം ഗളിവർ ജീവിച്ചു. ഇത്തരം അസാധാരണവും ആഹ്ലാദകരവുമായ അനുഭവങ്ങൾ നേടിയ ഗളിവർ അവസാനം സ്വന്തം നാട്ടിലേക്കു തിരിച്ചുവന്നു.

തന്റെ ആഹ്ലാദകരമായ അനുഭവങ്ങൾ ഭാര്യയോടും കുട്ടികളോടും ഗളിവർ വിവരിച്ചു. രസകരമായ ആ കഥകൾ കേട്ട് അവർ മതിമറന്നു. പിന്നീടൊരിക്കലും ഗളിവർ കപ്പൽയാത്ര നടത്തിയിരുന്നില്ല. അയാൾക്ക് അതിന് ഓർത്തോർത്തു ചിരിക്കാനും ചിലപ്പോൾ കരയാനും ആ ഓർമകൾ മതിയായിരുന്നു. എങ്കിലും ചില അവസരങ്ങളിൽ നാട്ടിലെ കുതിരകളോടു സംസാരിക്കാനും ഗളിവർ ശ്രമിച്ചു. കപ്പൽയാത്രയ്ക്കിടയിലെ അനുഭവങ്ങളുടെ ഓർമയുടെ ഭാഗമായിരുന്നു അത്. ഭാര്യയും കുട്ടികളുമൊത്തുള്ള ജീവിതത്തിന് ആ ഓർമകൾ ധന്യത നൽകി.